# அத்தனையும் பச்சை நிறம்

மீ. மணிகண்டன்

வம்சி

அத்தனையும் பச்சை நிறம் : சிறுகதைகள்
ஆசிரியர் : மீ. மணிகண்டன்


: © ஆசிரியருக்கு


முதற்பதிப்பு : டிசம்பர் 2023
அட்டை வடிவமைப்பு : பி.எஸ். வம்சி
வெளியீடு : வம்சி புக்ஸ்
19, டி.எம்.சாரோன்,
திருவண்ணாமலை - 606 601
9445870995, 04175 - 235806
அச்சாக்கம் : மணி ஆப்செட், சென்னை - 600 077
விலை : ₹ 150/-
ISBN : 978-93-93725-97-4

Athanaiyum Pachai Niram : Short Stories
Author : Mee. Manikandan


: © Author


First Edition : December - 2023
Wrapper Design : B.S. Vamsi
Published by : Vamsi books
19.D.M.Saron,
Tiruvannamalai - 606 601
9445870995, 04175 - 235806
Printed by : Mani Offset, Chennai - 600 077
: ₹ 150/-
ISBN : 978-93-93725-97-4

www.vamsibooks.com - e-mail: kvshylajatvm@gmail.com

பொருள் நோக்கி உருண்டுகொண்டிருக்கும் இந்த
பூமிப்பந்தில் பொருளை மறந்து 'என் அண்ணன்'
எனப் பாசம் பொழியும் என்னிரண்டு
உடன்பிறந்த சகோதரிகளான சுமதி, நாச்சம்மைக்கு...

## அத்தனையும் பச்சை நிறமாக என் பாதை...

'நல்ல விதைகள் நல்ல மரங்களைத் தரும் நல்ல கதைகள் நாளைய சமுதாயத்திற்கு நல்ல மனிதர்களைத் தரும்', என்ற எனது இயல்பான நம்பிக்கையோடு வாழ்க்கை சொல்லித்தந்த பாடங்களை வரிகளாக்கி இந்த மூன்றாவது புத்தகத்தைத் தருகிறேன்.

பசுமையாக ஒரு கொடி தழைத்துச் செழித்தோங்க பக்கத்தில் ஒரு துணை அவசியமாகின்றது. என்னைச் சூழ்ந்திருக்கும் அன்பு உறவுகளாலும் நட்புகளாலும் முகம் தெரியாத நலம் விரும்பிகளாலும் வளர்ந்துகொண்டிருக்கும் எனது வரிகள் வம்சி புக்ஸ் என்ற வெற்றிப்படியினை இன்று எட்டிப் பிடித்திருக்கின்றது. உங்களுக்கும், மனமுவந்து சிறந்த ஒரு தொகுப்பாக வாசக நெஞ்சங்களுக்கு விருந்தளிக்கும் விருப்பத்துடன் செயலாக்கிய ஷைலஜா அவர்களுக்கும் எனது நன்றியினை தெரிவித்துக்கொள்கின்றேன்.

அத்தனையும் பச்சை நிறம். பச்சை இளமையைச் சொல்கின்றது, செழிப்பைச் சொல்கின்றது, பச்சை வெற்றியைக் குறிக்கின்றது மேலும் பச்சை ஒளிவு மறைவின்றி வெளிப்படையாக விவரித்தலின் குறியீட்டுச் சொல்லாகின்றது. உள்ளொன்று வைத்துப் புறமொன்று பேசாமல் உள்ளதை உள்ளபடி கதைகளாகச் சித்தரித்து இங்கே பதியமிட்டிருக்கின்றேன்.

இங்கே நான் சொல்லியிருக்கும் ஒவ்வொரு கதையும் மனதின் ஆழத்தில் ஒரு காலத்தில் கருவாக உதித்து, கால மாற்றத்தில் அக்கரு மேலெழும்பி என்னை உறங்கவிடாமல் செய்து, கனவாக முளைத்து, மூச்சுக்காற்றில் வெளியாகி முகத்தில் எதிர்கொண்டு மோதியவை.

பல்லாயிரம் கோடிப் பொழுதுகளைக் கடந்து பயணித்துக்கொண்டிருக்கும் மானுடம் எத்தனையோ பரிணாம மாற்றங்களைத் தனக்குள் கொண்டிருக்கின்றது. அத்தனையையும் பட்டியலிட்டு வாசிக்க இன்னும் பல்லாயிரம் ஆண்டுகள் வேண்டும். ஒரு மனிதனின் பயணத்தில் அவன் கடந்து வந்த பாதையின் நிகழ்வுகள் ஒரு அர்த்தத்தை போதிக்கின்றது, அந்த அர்த்தம் இனிக் கடக்கப்போகும் தூரத்திற்குப் பாதை வகுக்கின்றது. அப்படித்தான் நான் கடந்து வந்த சில நிகழ்வுகளை இங்கே பன்னிரண்டு கதைகளாகப் பத்திரப்படுத்தி இருக்கின்றேன்.

அன்னையின் அரவணைப்பிலும், அரபு தேசத்திலும், அமெரிக்க மண்ணிலும் நான் பயின்ற, பயின்றுகொண்டிருக்கின்ற மாந்தர்கள் பலவிதம். பூகோளத்தின் தட்பவெப்பம் குளிரில் மேற்சட்டை அணிந்துகொள்ளச் செய்கின்றது, வெப்பத்தில் மெல்லிய ஆடை உடுக்கச்சொல்கின்றது. மேலாடைகளின் வடிவங்களும் தயாரிப்புகளும் மாறுகின்றன. குளிரும் வெப்பமும் அவைகளுக்கான குணங்களிலிருந்து மாறாமல் இருக்கின்றன. மனிதர்களின் பகட்டுநிலை மாறுபட்டபோதிலும் பசியும் பாசமும் ஒன்றாகத்தான் இருக்கின்றன.

இந்த உலக மேடை அத்தனை மனிதர்களுக்கும் ஒரே கதாபாத்திரத்தைக் கொடுக்கவில்லை, பாத்திரம் தாங்கிய மனிதன்

அப்பாத்திரமாகவே மாறிப்போனதுவும் தொல்லை. ஒரு கோடு, நிலப்பரப்பை நாடு என்று பிரித்துவிடுகின்றது. நாடு தாண்டிப் பொருளாதாரத்தை நாடும் மனிதனின் வலியைப் புறந்தள்ளிவிடுகின்றது. அப்படி ஆறுதல் தேடிக்கொள்ள முனைந்த வலிகளை இங்கே பதிவாக்கியிருக்கின்றேன். மைனா, வசந்த் போன்ற மழலைகளின் ஆசைகளையும் நம்பிக்கைகளையும் இங்கே விதைத்திருக்கின்றேன். தாய், மகள், மகன் என உறவுகளின் பாசத்தையும், நட்புகளின் நேசத்தையும் இங்கே தொகுத்திருக்கின்றேன். வாசகர்கள் ரசிக்க வித்தியாசமான கதைகளும் இங்கே சொல்லியிருக்கின்றேன். 'மனதில் மலையொன்று தோன்றும் காதல் என்று சொன்னால், அந்த உணர்வை எழுதிச் சொல்ல முடியும் அழகாக என்னால்' என்று காட்ட காதலை ஒரு குட்டிப் பட்டாம்பூச்சியாக்கி இங்கே பறக்கச்செய்திருக்கின்றேன்.

இங்கே நான் பதியமிட்டிருக்கும் பன்னிரெண்டு கதைகளுமே ஒவ்வொரு வகையில் அங்கீகாரம் பெற்று அணிவகுக்கின்றது என்பது சிறப்பு. இதில் உச்சமாக நான் கருதுவது 'மேடம் ஜெனி' கதையில் வரும் நிகழ்வு. காரணம் நான் அந்த எனது பால்ய நிகழ்வினை வாய்வழிக் கதையாகச் சொல்லி, வலைத்தள சந்திப்பு நிகழ்வொன்றில் திரு பவா செல்லதுரை அவர்களால் 'லட்சத்தில் ஒருவனாக வருவேன்' என்ற பாராட்டினைப் பெற்றேன். மற்ற கதைகளும், போட்டிகளில் பரிசு, வலைத்தள வாசகர்களால் பாராட்டு என்ற சிறப்புகள் தாங்கியே இங்கே தொகுப்பாகின்றன.

'குடைக்குள் கங்கா', 'ஊதாப்பூ தேசம்' தாண்டி 'அத்தனையும் பச்சை நிறம்' தொடர்கின்றது என் பாதை.

மீ.மணிகண்டன் என்றும் மணிமீ என்ற புனைப்பெயரிலும் எனது எழுத்துகள் இன்னும் வளர உங்கள் விமர்சனங்களை என்றும் நாடுவேன்.

அழகான தொகுப்பாக்கி 'அத்தனையும் பச்சை நிறம்' என்ற தலைப்பினையும் பாராட்டிய ஷைலஜா அவர்களுக்கு மீண்டுமொருமுறை நன்றி கூறிக்கொள்கின்றேன்.

இன்னும் எழுதுவோம்,,,

வாழ்க வளத்துடன்
மீ. மணிகண்டன்
nam.manikandan@gmail.com

1. ஜாஹ்ரா ............................................................ 9
2. ஹோம்லெஸ் ................................................... 21
3. மிதக்கும் பயணங்கள் ................................... 29
4. அகம் .............................................................. 38
5. அத்தனையும் பச்சை நிறம் ........................ 45
6. மேப்பிள் மனசு ............................................. 52
7. எப்படி வருவார் சாண்டா? ........................ 64
8. 3வது குறுஞ்செய்தி ..................................... 73
9. தாய் ................................................................ 82
10. முதல் பயணம் ........................................... 94
11. பட்டாம்பூச்சி ................................................. 125
12. மேடம் ஜெனி .............................................. 128

# ஜாஹ்ரா

பகற்பொழுது பதினோரு மணியளவில் குவைத் விமான நிலையத்தில் தரையிறங்கியது சுமார் ஐந்தரை மணிநேரங்களுக்கு முன் சென்னையில் புறப்பட்ட அந்த விமானம். ஆகாய மார்க்கமாக வந்த விமானம் மைனாவின் ஆசைகளையும் சுமந்து வந்திருக்கிறது. மனைவியையும் மகள் மைனாவையும் விமான நிலையத்திலிருந்து அழைத்துப்போக வந்த மாணிக்கத்தின் விழிகள் பரபரப்புடன் இங்கும் அங்கும் குடியேற்ற அனுமதி பெற்று வெளிவரும் பயணிகளின் மீது உருண்டுகொண்டிருந்தன.

மாணிக்கத்தின் விழித்தேடலுக்கு வெற்றி கிடைத்துவிட்டது ஒரு சில மணித்துளிகளில். இடது தோளில் ஒரு தோல்பையுடன் தள்ளுவண்டியொன்றைத் தள்ளிக்கொண்டும் கணவனைத் தேடிக்கொண்டும் வந்தாள் ஊர்மிளா. தள்ளுவண்டியில் கருஞ்சிவப்புப் பெட்டி படுக்கைவசமாக வைக்கப்பட்டிருந்தது. சென்றமுறை வந்திருந்தபொழுது குவைத்திலிருந்து வாங்கிச்சென்ற பெட்டிதான் அது, ஒன்றினுள் ஒன்றாக மூன்று பெட்டிகள் ஒரே வடிவத்தில் ஒரே நிறத்தில் சிறிதும் பெரிதுமாக இருக்கும், சுக் அல் வத்தானியாவில் பன்னிரண்டு தினார்கள் சொல்லிப் பதினோரு தினார்களுக்குப் பேரம் பேசி வாங்கிய

பெட்டிகளில் பெரிய பெட்டி அது. பெட்டியின்மீது அமர்ந்துகொண்டு தனது குட்டிக்கரங்களுக்குள் பஞ்சுக் கரடியொன்றைப் பிடித்து மார்புடன் அணைத்துக்கொண்டு அழைக்க வந்தவர்கள் கூட்டத்தில் அப்பாவைத் தேடிக்கொண்டிருந்தாள் மைனா.

'ஏய் மைனா அங்க பார் அப்பா நிக்கிறாங்க...' என்று மாணிக்கம் நின்ற திசையை மகளுக்குக் காட்டினாள் ஊர்மிளா. தந்தையைக் கண்ட மகள் 'ஏய்...' என்று ஆரவாரமாகக் குரலெழுப்பினாள். அமர்ந்திருந்த பெட்டியிலிருந்து துள்ளிக்குதித்துக் கீழிறங்கி மாணிக்கத்தை நோக்கி ஓடினாள் மைனா.

'அடடா...பார்த்து மைனா.. இப்படியா வண்டில இருந்து குதிச்சு இறங்குறது. அம்மா வண்டிய நிறுத்தினதுக்கு பிறகுதான் இறங்கணும்... கீழ விழுந்துட்டேன்னா கால் கைல அடி பட்டுடும்', என்று மகளுக்கு அறிவுரை கூறிக்கொண்டே தன் ஒற்றை மகளை அள்ளி அணைத்துக்கொண்டார் அப்பா மாணிக்கம்.

குவைத்தில் ஓட்டுநர் பணி புரியும் மாணிக்கத்திற்கு ஓராண்டு விடுமுறைக்கு தான் இந்தியா செல்வதும் மறு ஆண்டு மகளின் பள்ளிக்கூட விடுமுறை நாட்களில் மனைவி மகளை குவைத்திற்கு அழைப்பதும் வாடிக்கை. மாணிக்கத்தின் வருமானம் மனைவி மகளுடன் குவைத்தில் வசிக்க அனுமதிக்கவில்லை.

அப்பாவின் அன்பு முத்தங்களைப் பெற்றுக்கொண்டு இறங்கி நடந்த மைனா கேட்ட முதல் கேள்வி, 'அப்பா இந்தமுறை ஜாஹ்ரா போய் ஒட்டகங்களைப் பார்க்கலாந்தானே?', என்றாள்.

'கண்டிப்பாகப் பார்க்கலாம்', என்றான் மாணிக்கம்.

விமான நிலையம் தாண்டி வெளியில் வந்து வாகனங்கள் நிறுத்தத்திற்குள் நுழைந்தனர் மாணிக்கம் குடும்பத்தார். மாணிக்கம் தான் நாள்தோறும் செலுத்தும் குவைத்தியின் வெள்ளை டொயோட்டா காம்ரியைத் திறக்க. 'ஹையா கார்...' என்று சிரிப்பும் குதூகலமுமாக காரின் பின்புறம் ஏறி அமர்ந்துகொண்டாள் மைனா. முன் இருக்கையில் அமர்ந்தவுடன் பாதுகாப்பு பெல்ட்டை அணிந்துகொண்டாள் ஊர்மிளா. பெல்ட்டை அவசியம் அணிந்துகொள்ளவேண்டும் என்று சென்றமுறை மாணிக்கம் சொல்லியிருந்தது அவளுக்கு நினைவில் இருந்தது.

விமானநிலையம் விட்டு வெளியேறியது வாகனம். சாலையைப் பிரிக்கும் வெள்ளைக் கோடுகள் விழிகளுக்குத் தெளிவாகத் தென்பட பிற இடங்களில் ஒரு வெள்ளைப் பொட்டோ தூசியோ இருந்தாலும் பளிச்சென்று காட்டிக் கொடுக்கும் சுத்தமான கரிய சாலையில் காம்ரி மிதந்துகொண்டிருந்தது. சாலையின் இருபுறமும் பேரீச்ச மரங்கள் சரியான இடைவெளிவிட்டு மண் அணைத்து பாதுகாப்பாக வளர்க்கப்பட்டிருந்தன, இடையிடையே பூச்செடிகள் இது பாலைவன நாடு இல்லை என்று பறைசாற்றிக்கொண்டிருந்தன.

'ஏன் மாமா போன முறை வேற கார் வச்சிருந்தீங்க? இப்போ இது புதுசா?', என்று அப்பாவியாக வினவினாள் ஊர்மிளா.

'ஆமா குவைத்தி புதுசா இறக்கியிருக்கார்'.

'அந்த கார் என்ன ஆச்சு', அறிந்துகொள்ளும் ஆவலில் அடுத்த கேள்வியைத் தொடுத்தாள் ஊர்மிளா.

'உனக்குத்தான் தெரியுமே முதலாளிக்கு பாக்தாத்தில் கடை இருக்குறது, போர் நடந்தப்ப அதை மூடிட்டாங்க எல்லாப்

பொருள்களையும் குவைத்துக்கு கொஞ்சம் கொஞ்சமா கொண்டு வந்துட்டாங்க. போன மாசம் அந்தக் காரை வேற டிரைவர் எடுத்துட்டு பாக்தாத் போயிருந்தார். திரும்புறப்போ ராத்திரிநேரம் போர்ல பாதிப்படைஞ்சிருந்த சாலைப் பள்ளத்துல விட்டுட்டார். நல்ல வேளை அவருக்கு ஒண்ணும் ஆகல நல்லபடிய தப்பிச்சுகிட்டார். வண்டிக்கு பெரிய சேதாரம் ஆயிடுச்சு. இன்சூரன்ஸ்ல வண்டி சரி பண்ணி வர்றத்துக்கு பல மாசம் ஆகும் அதனால குவைத்தி புது வண்டி இறக்கி என்னை ஓட்டச்சொல்லிட்டாரு'.

பின்புறம் அமர்ந்திருக்கும் மைனா பஞ்சுக்கரடியை அணைத்துக்கொண்டு சூரிய ஒளியில் பிராகாசிக்கும் சாலையையும் சாலையோரப் பூங்காக்களை தன் குட்டிக்கண்கள் பூக்கப் பார்த்து மகிழ்ந்துகொண்டே வந்தாள்.

புது காரினுள் பறந்து நாசியை நிரப்பிய நறுமணத்தை சுகித்துக்கொண்டே காரின் ஒவ்வொரு பகுதியாக ரசித்து வந்த ஊர்மிளா டாஷ்போர்டைத் திறந்தாள், உள்ளே பொருட்கள் நிறைந்திருந்த டாஷ்போர்ட் ஆதலால் அவள் எதார்தமாகத் திறந்த வேகத்தில் உள்ளிருந்து சில பணத்தாள்கள் கீழே சிதறியது. 'இதென்ன மாமா பணத்தை இப்படி வச்சிருக்கீங்க... ஆமா இது குவைத் தினார் மாதிரித் தெரியலையே?', என்றாள் சந்தேகத்துடன்.

'ஏய்... மெதுவாத் திறக்கக்கூடாதா... சரி எல்லாத்தையும் பத்திரமா எடு? ஆமா, அது குவைத் தினார் இல்ல. போனவாரம் ஜாஹ்ரா போயிருந்தேன் அப்போ அங்க நம்ம ஊர் பையன் ஒருத்தனை பார்த்தேன் பேரு சாதிக், அவனோடதுதான் இந்த ஈராக்கி தினார். அவன் இதை மாத்தி இந்தியாவுக்கு அனுப்ப

சொல்லியிருந்தான். ஊருல ஏதோ கடன் சுமையாம் பாவம்...' என்று மாணிக்கம் கூறி முடிக்கும் முன்.

'ஜாஹ்ரா... அங்க எப்பப்பா ஒட்டகம் பார்க்கப் போகலாம்?' என்றாள் மகிழ்ச்சியில் பின்புறம் அமர்ந்திருந்த மைனா.

'ஆமா மாமா, இந்த முறை அவளை ஏமாத்திடாதீங்க. அவ ரொம்ப அதே நினைப்பா இருக்கா', என்று மகளுக்கு சிபாரிசு செய்தாள் அம்மா ஊர்மிளா.

'நான் என்ன வேணுமின்னா ஏமாத்தினேன், வேலை அப்படி இருந்துச்சு. இந்த முறை முதல் வேலையா வர்ற வெள்ளிக்கிழமை காலையிலே கிளம்பிடுவோம். நானும் சாதிக்கை பார்த்து இந்த தினார்களைக் கொடுக்கணும்.' என்றான் மாணிக்கம்.

சிதறிய பணத்தை அடுக்கிய ஊர்மிளா, 'சரி ஊருக்கு அனுப்பணும்னு சொல்லிட்டு இன்னும் இந்த பணத்தை வெச்சு நீங்க என்ன செய்யுறீங்க?' என்று அக்கறையுடன் கேட்டாள்.

'அது ஒரு பெரிய கதை, போருக்கு முன்னாடி ஒரு ஈராக்கி தினார் ஏறக்குறைய 3.20 அமெரிக்க டாலர்களா இருந்துச்சு அதுவே இந்திய ரூபாயில் ஏறக்குறைய 149 ரூபாய்களா இருந்துச்சு ஆனால் சாதிக் என்கிட்ட கொடுத்த அன்னிக்கே எக்ஸ்சேஞ்ஜ் போனேன் அப்போ போர் நேரமா இருந்ததால ஈராக்கி தினார் வாங்கறதில்லன்னு சொல்லிட்டாங்க, பிறகு மறுபடி போனபோது ஒரு ஈராக்கி தினார் என்பது சராசரி மதிப்பில் இல்லை, அதே 149 இந்திய ரூபாய்க்கு ஏறக்குறைய 4800 (நான்காயிரத்து எண்ணூறு) ஈராக்கி தினார்கள் தேவைப்பட்டது. அதோட மட்டுமில்ல இந்தப்பணம் போருக்கு முன்னாடி உள்ள பணம் செல்லாதுண்ணு வேற சொல்லிட்டாங்க', என்று ஈராக்கின்

அகண்டு செழித்த பொருளாதாரம் அருகிப்போன நிலையை ஓரிரண்டு வரிகளில் ஊர்மிளாவிடம் விளக்கினான் மாணிக்கம்.

‘அதெப்படி மாமா ஒண்ணு ரெண்டு நாள்ல பூராப் பணமும் மதிப்பு குறையும், செல்லாமல் போகும்?’ என்று ஆச்சரியக் கேள்வி கேட்டாள் ஊர்மிளா.

‘இதெல்லாம் உலக வணிகம் ஊர்மி, நமக்கு புரிஞ்சுடுச்சுன்னா ஏன் உறவுகளை விட்டுப்பிரிஞ்சு, ஊர் விட்டு ஊர் வந்து வண்டி ஒட்டிப் பொழைப்பு நடத்தப்போறோம்?’, என்ற கணவனிடம் பதட்டமும் பரபரப்புமாக அடுத்த கேள்வியை ஏவினாள் ஊர்மி, ‘அப்படின்னா குவைத் தினாரும் மதிப்பு குறைஞ்சுடுச்சா?’

புன்னகைத்தான் மாணிக்கம், ‘பயப்படாதே ஊர்மி, குவைத் தினாருக்கு மதிப்பு குறையல, அமெரிக்காவும் குவைத்தும் இணக்கமா இருக்கும்வரை குறையவும் குறையாது’. என்று மாணிக்கம் கூறியபொழுது பதட்டம் குறைந்து நிம்மதி கூடியது ஊர்மிளாவிற்கு.

இன்று வெள்ளிக்கிழமை ஒட்டகங்களைக் காணப்போகும் ஆவலில் உறக்கம் பிடிக்காமல் அதிகாலை விழித்துக்கொண்டாள் மைனா, உறங்கிக்கொண்டிருந்த அம்மா அப்பாவை எழுப்பினாள்.

இதோ மாணிக்கம் குடும்பத்தார் புறப்பட்டுவிட்டனர் ஜாஹ்ரா நோக்கி. பத்து நிமிடப் பயணத்திற்குப் பின் விரிந்த சாலையைத்தொட்டு அகண்ட பாலைவனத்தின் இடையே நழுவிப் பறந்துகொண்டிருந்தது காம்ரி.

ஒட்டகப் பண்ணையில் சாதிக், மாணிக்கத்தின் வரவை நோக்கி ஆவலுடன் காத்திருந்தான். ஏன் அவன் காத்திருக்க வேண்டும்?

சாதிக் பணிபுரியும் அந்த ஒட்டகப் பண்ணையை அடைய இன்னும் முப்பது நிமிடங்கள் ஆகும் அதற்குள் காத்திருப்பின் காரணத்தைக் கூறிவிடுகிறேன் கேளுங்கள்.

அன்று மாணிக்கத்தின் முதலாளி ஒட்டகப் பால் தேவைக்கு தன்னுடைய நண்பரின் ஒட்டகப்பண்ணை விலாசத்தை மாணிக்கத்திடம் கொடுத்தனுப்பியிருந்தார். பண்ணையை அடைந்த மாணிக்கம் தனது வருகைக்கான காரணத்தை அங்கிருந்த ஊழியர்களிடம் அரபு மொழியில் கூற ஊழியர்களில் ஒருவன், 'உங்களைப் பார்த்தால் தமிழர் மாதிரி தெரியுது. தமிழ் பேசுவீங்களா?', என்றான். அரேபியர்கள் பாணியில் முழு அங்கி அணிந்திருந்தான். 'ஆமா, எனக்கு ஊர் மன்னார்குடி. உங்களுக்கு எந்த ஊர்?', என்று தன்னிடம் கேட்ட ஊழியரிடம் பதிலுடன் கேள்வியை வைத்தான் மாணிக்கம்.

'எனக்கு மன்னார்குடி பக்கத்துல கூத்தாநல்லூர்.' என்று கூறினான். சாதிக் மாணிக்கம் இருவரையும் மொழி இணைத்தது இருவரின் இடையே நட்பு பிறந்தது. 'வாங்க உங்களுக்கு பண்ணையையும் ஒட்டகங்களையும் காட்டுறேன்', என்று அன்புடன் சாதிக் அழைக்க பிரியமுடன் சாதிக்கை பின்தொடர்ந்தான் மாணிக்கம்.

'உங்க பேர் என்ன?' என்றான் மாணிக்கம். 'சாதிக்னு கூப்பிடுவாங்க, என் பேரு சத்தியமூர்த்தி, பாஸ்போர்ட்ல இருக்க உண்மையான பேர் அதுதான் ஆனா இங்க வேலை பார்க்கறவுங்க வாயில அந்தப் பேர் சாதிக்னு நுழைஞ்சு அப்படியே கூப்பிட்டாங்க நானும் அதுக்குப் பழகிட்டேன்', என்று தனது சாதிக் என்ற பெயருக்குப் பின்னாலுள்ள வரலாற்றை எடுத்துரைத்தான் சாதிக் என்ற சத்தியமூர்த்தி.

‘என் பேரு மாணிக்கம்’, என்று சுருக்கமாகத் தனது அறிமுகத்தை முடித்துக்கொண்டான் மாணிக்கம்.

இருவரும் நடந்துவந்த பாதையில் இடது புறமும் வலது புறமும் கொட்டில்கள், கொட்டில்களில் சிறிதும் பெரிதுமாக ஒட்டகங்கள் நின்றுகொண்டும் அமர்ந்துகொண்டும் சில கத்திக்கொண்டும் இருக்கக்கண்டான் மாணிக்கம். அதிகமாக குட்டிகள் காணப்பட்டன. ஒட்டகங்களுக்குத் தீவனமாகப் புற்கட்டுகளும், கோதுமை கொட்டிவைக்கப்பட்ட தொட்டிகளையும் அதிசயமாகக் கண்டான் மாணிக்கம். தண்ணீர் நிரப்பட்ட வெள்ளை நீளத் தொட்டி இரண்டைக் கடக்கும் பொழுது, ‘பெரிய ஒட்டகங்க பனிரெண்டு இருக்குண்ணே, இங்க நாங்க ஒட்டகம் வளக்குறதே குட்டி போட்டு பெருக்குறதுக்குத்தான். குட்டிகளைமட்டும் கேட்டு வர்றவுங்களுக்கு வித்துடுவோம். கறிக்கு நாங்க அனுப்புறதில்ல’. என்று தங்களது பண்ணையின் காரணத்தை, வணிகத்தை மாணிக்கத்திடம் விவரித்தான் சாதிக்.

இதற்கு முன் சில ஒட்டகப் பண்ணைகளை மாணிக்கம் கண்டிருந்தாலும் இப்பண்ணையைப் புதுமையாக அவன் காண நேர்ந்ததற்குக் கரணம் சாதிக்கின் அன்பான உபசரிப்பு. ‘தண்ணி குடிக்கிறீங்களா அண்ணே’, என்று மாணிக்கம் அருந்தத் தண்ணீர் கொடுத்துவிட்டு ‘இங்க கொஞ்ச தூரம் போனா ஒட்டகம் மேயுற இடங்களைக் காட்டுறேன் வாங்க’, என்ற சாதிக்கின் அழைப்பை ஏற்று அவனைப் பின்தொடர்ந்தான் மாணிக்கம்.

பாலை மணலில் காலூன்றி நடந்தார்கள் இருவரும், தண்ணீரில் எதிர் நீச்சல் போடுவதற்குச் சமமான நடை அது. ‘அண்ணே நீங்க நம்ம ஊர்ங்கறதால ஒரு உதவி கேட்கிறேன், செய்வீங்களா?’ என்றான் சாதிக். என்ன பெரிதாகக் கேட்டுவிடப் போகிறான்?

எதுவாக இருந்தாலும் இந்த எளிய மனிதன் தனது சக்திக்குள்ளானதாகத்தான் கேட்பான் என்ற நம்பிக்கையில் 'கேளுங்கள்', என்றான் மாணிக்கம்.

'நான் கொஞ்சம் ஈராக்கி தினார் வச்சிருக்கேண்ணே, அது இங்க யாருக்கும் தெரியாது, எனக்கும் ரொம்பதூரம் வெளில போகவர வசதி கிடையாது.. அதுனால....'

'அதுனால...'

'அதை உங்ககிட்ட கொடுத்தா ஊருக்குள்ள அதை மாத்தி என்னோட அப்பா அம்மா வங்கிக் கணக்குக்கு அனுப்பி வைப்பீங்களா?' என்றான்.

எதையோ எதிர்பார்த்த மாணிக்கத்திற்கு இது மிகவும் எளிய உதவியாகத் தோன்றவே, 'அட இதுக்கா இவ்வளவு யோசனை. சும்மா கொடுங்க நான் அனுப்பிடறேன். சரி இந்த பாலைவனத்தில எப்படி ஈராக்கி பணம் உங்களுக்கு கிடைச்சுது?' என்ற மாணிக்கத்தின் கேள்விக்கு, 'அது அண்ணே, முன்னாடில்லாம் ஒருத்தர் பாக்தாதிலிருந்து இங்க வாடிக்கையா வருவார். குட்டிகளை வண்டில ஏத்திவிடும்போது எனக்கு பத்து இருப்பதுன்னு ஈராக்கி பணம் கொடுப்பாரு. போருக்குப் பிறகு அவர் வர்றதில்லை. வாடிக்கையாளர்கிட்ட இந்த மாதிரி பணம் வாங்குறது எங்க முதலாளிக்கு பிடிக்காது. நான் என்ன செய்யுறதுண்ணே? நானா கேட்க மாட்டேன் ஆனா அவுங்களா குடுக்கறத வேண்டாம்னு சொல்ற நிலைமையில நானும் இல்ல அதுனால வாங்கி வச்சுக்குவேன்.' என்றான் சாதிக்.

சாதிக்கின் எளிமையைப் புரிந்துகொண்ட மாணிக்கம், 'அதெல்லாம் சரிதான், எவ்வளவு வச்சிருக்கீங்க? எவ்வளவு அனுப்பனும்?' என்றான்.

‘அதுண்ணே, நூத்தி அறுவது வச்சிருக்கேன், எல்லாத்தையும் உங்ககிட்ட கொடுத்திடறேன். ஒரு ஈராக்கி தினாருக்கு ஏறக்குறைய நூத்தி ஐம்பது இந்திய ரூபாய் வரும்னு சொல்லுவார் அந்த பாக்தாத் காரர்.’ என்றான் சாதிக்.

‘அப்படின்னா நம்ம இந்திய ரூபாய்க்கு ஏறக்குறைய இருபத்திநாலாயிரம் வரும், சரி அனுப்பிட்டு நான் அடுத்த முறை வரும்போது ரசீது கொடுத்திடறேன்’, என்று மாணிக்கம் கூறியபொழுது அவர்கள் ஒன்றிரண்டு ஒட்டகங்கள் மேய்ந்துகொண்டிருக்கும் புற்கள் இருக்கும் பகுதியை அடைந்திருந்தனர்.

‘இத மட்டும் செயுங்கண்ணே எனக்குப் பெரிய உதவியா இருக்கும். இங்க எனக்கு சம்பளம்னு பெரிசா எதுவும் இல்ல, இருக்க இடம் பசிக்கு சாப்பாடு கொடுப்பாங்க. மத்தபடி மாதம் ஊருக்கு ரெண்டாயிரம் ரூவா அனுப்புனா எனக்கு அதுவே பெரிசு. இந்தப் பணத்தை மட்டும் நீங்க அனுப்பினா நான் ரெண்டு வருசத்துக்கு முந்தி குவைத்துக்கு வரும்போது வாங்கின கடனை அப்பா அம்மா அடைச்சிடுவாங்க.‘ என்று சாதிக் கூறியபொழுது மாணிக்கத்தின் மனது கனத்தது கண்கள் பனித்தது.

இப்பொழுது உங்களுக்குப் புரிந்திருக்கும் சாதிக் ஏன் மாணிக்கத்தின் வரவை ஆவலுடன் எதிர்பார்த்துக்கொண்டிருக்கிறான் என்று.

பண்ணையை நெருங்கியது மாணிக்கம் குடும்பத்தாரின் வாகனம். பண்ணையிலிருக்கும் ஒட்டகங்களில் சிலவற்றை ஜன்னல் வழியே கண்ட மைனா ஆர்ப்பரித்தாள். ‘ஹை ஒட்டகம்....’

மாணிக்கத்தின் வரவைக் கண்ட சாதிக் அவனருகில் ஓடிவந்தான். ‘சாதிக்... எப்படி இருக்கீங்க?’ என்றான் மாணிக்கம். ‘நல்லா இருக்கேண்ணே, நீங்க எப்படி இருக்கீங்க?’

‘நல்லா இருக்கேன். ஊர்ல இருந்து மனைவி குழந்தை ரெண்டு பெரும் லீவுக்கு வந்திருக்காங்க. மகளுக்கு ஒட்டகங்கள் பார்க்க ஆசை. அதான் அவங்களையும் அழைச்சுக்கிட்டு வந்தேன்.’ என்று மனைவி மற்றும் மகளை சாதிக்கிற்கு அறிமுகம் செய்து வைத்தான் மாணிக்கம். ‘வாங்க வாங்க’, என்று மாணிக்கம் குடும்பத்தாரை வரவேற்ற சாதிக், ‘ஏற்கனவே அண்ணனுக்கு எல்லா இடமும் காட்டியிருக்கேன் உங்களுக்கும் காட்டுறேன்’, என்று கூறி அவர்களை அழைத்துப்போக முன்வந்தான் இருந்தாலும் மனதில் ஒரு ஆவல் எட்டிப்பார்க்க மாணிக்கத்தை வெகுளியாகப் பார்த்தான். சாதிக்கின் பார்வையின் அர்த்தத்தைப் புரிந்துகொண்ட மாணிக்கம், தனது காற்சட்டைப்பையில் கையை நுழைத்தான். செல்லாத ஈராக்கி பணத்தை கணவன் எடுத்துக்கொடுக்கப்போகிறான் என்று எண்ணிக்கொண்டிருந்த ஊர்மிளாவின் விழிப் புருவங்கள் ஆச்சரியத்தில் உயர்ந்தது. காற்சட்டைப்பையிலிருந்து இந்தியப்பணம் இருபத்தி நான்காயிரம் அனுப்பிய ரசீதை எடுத்து சாத்திக்கிடம் நீட்டினான் மாணிக்கம்.

ரசீதைக்கண்ட சாதிக்கின் முகத்தில் ஆனந்த ரேகைகள் கிளைத்தன. ‘ஊர்ல இருந்த கடன் அடைஞ்சுடுச்சுண்ணே, இப்போ நான் ரொம்ப மகிழ்ச்சியா இருக்கேன்’, என்று பூரித்தான் சாதிக். ஆச்சரியம் அடைந்த ஊர்மிளாவால் என்ன நடந்திருக்கும் என்பதை யூகிக்க முடிந்தது. ஈராக் பணம் தானே செல்லாது கணவனுடைய வருமானம் குவைத் பணம் செல்லும் மேலும்

குவைத் தினாரின் பழைய மதிப்பு குறையவில்லை என்று மாணிக்கம் சொன்னது நினைவில் வந்தது. கருணை மிகுந்த கணவனை கர்வத்துடன் நோக்கினாள். திறந்த பொதுவிடத்தில் கணவனைக் கட்டி அணைக்க முடியவில்லை என்ற எண்ணம் அவளுக்குள்ளும், சிறு நாணம் அவள் முகத்திலும் நெளிந்தது. மனைவியின் உள்ளத்தைப் புரிந்துகொண்ட மாணிக்கம், ஊர்மிளாவைக் கண்டு சிறிதாக இதழ்கள் பூத்தான். மாணிக்கம் குடும்பத்தாரை அழைத்துக்கொண்டு லேசான மனத்துடன் ஒட்டகங்களைக் காட்டி விவரித்துக்கொண்டிருந்தான் சாதிக். மைனாவின் பார்வை அந்தத் தாய் ஒட்டகத்தின் மடியில் பாலருந்தும் குட்டியின் வாயழகில் பதிந்திருந்தது.

# ஹோம்லெஸ்

நேற்று போக்குவரத்து சிக்கனலின் சிவப்பிற்காக நின்றபொழுது, எப்படியும் புதுமையான ஒரு கட்டுரை எழுதி அதை இந்தவாரப் பதிவில் வெளிவரும்படிச் செய்யவேண்டும், கடந்த இரண்டு மதங்களாகத் தனது பதிவு எதுவும் வெளியாகவில்லை என்ற ஏக்கமும் வேகமும் ரவியின் சிந்தனையை ஆட்கொண்டிருந்தது. சிந்தனையைத் திசைதிருப்பியது அந்த ஹோம்லெஸ் தாடிக்காரன் கையில் பிடித்திருந்த பதாகை. 'ப்ளீஸ் ஹெல்ப் மீ.' என்ற பதாகை வாசகத்தால் இரக்கப்பட்டு, ஈர்க்கப்பட்டு, அந்த தாடிக்காரனுக்கு உதவி செய்யும் நோக்கில் காருக்குள் இருந்தபடியே கண்ணாடியை இறக்கிவிட்டு, அவனைத் தன்னருகில் அழைத்தான் ரவி. டேஷ் போர்டில் கிடந்த நாணயங்களை தனது வலதுகரத்தால் கொத்தாக அள்ளினான், எண்ணிப்பார்க் கவில்லை, ஒருவேளை எண்ணுவது நாணயம் அல்ல என்று எண்ணியிருக்கலாம், அப்படியே தாடிக்காரனிடம் நீட்டினான். தாடிக்காரன் அதனைப் பெற்றுக்கொண்டு தனது கறைபடிந்த பற்கள் வெளிப்படப் புன்னகைத்து ரவிக்கு நன்றி தெரிவித்தான். காரில் ப்ளூடூத்தில் 'தர்மம் தலைகாக்கும் தக்க சமயத்தில் உயிர்காக்கும்' என்று டி எம் எஸ் பாடிக்கொண்டிருந்தார்.

எத்தனை காலம் கடந்தாலும் ரவிக்கு பழைய பாடல்களின் மேலிருந்த மோகம் இன்னும் குறையவில்லை. அமேரிக்கா வந்தது பொருளீட்டதான் மற்றபடி பழக்கவழக்கங்கள் பண்டிகைகள் பண்பாடுகளை மறப்பதற்கல்ல என்ற கருத்தில் உறுதியாக இருப்பவன் ரவி. சிக்கினல் பச்சையை உதிர்த்தது.

சிலமணி நேரங்களுக்குப் பிறகு தனது அலுவலை நிறைவேற்றிக்கொண்டு அதே சாலையில் திரும்பிக்கொண்டிருந்த ரவிக்கு அவன் எதிர்பாராத நிகழ்வொன்று காத்திருந்தது. அது, ஒரு பாலத்தின் அடியில் தன்னிடம் உதவிபெற்றுக்கொண்ட அந்த தாடிக்காரன் இப்பொழுது கையில் சிகரெட் ஒன்றை வைத்துக்கொண்டு போதை உட்கொள்வதைக் கண்டு அதிர்ச்சியுற்றான். மனமிறங்கி உதவி செய்வதை இவன் தவறாகப் பயன்படுத்துகிறானே என்ற மன உறுத்தலோடு பயணத்தைத் தொடர விருப்பமில்லாத ரவி அருகில் இருந்த மால் வளாகத்தில் காரை நிறுத்திவிட்டு பாலத்தின் அடியில் தாடிக்காரனை சந்திக்க விரைந்தான்.

தன்னருகில் யாரோ நிற்பதை உணர்ந்த தாடிக்காரன் நிமிர்ந்து பார்த்தான். தலைமுடிகள் சிக்குண்டு திரிந்து எல்லாத்திசை களையும் அடையாளம் காட்ட, கண்களிரண்டைச்சுற்றி கார் டயர்போன்ற அழுக்காக கருவளையங்கள் நெளிய, தாடிக்காரனின் பார்வை ரவியை ஏறிட்டது. சிக்னலின் சிவப்பு தற்பொழுது ரவியின் கண்களில் ஒளிர்ந்தது. பார்வையை இறக்கி அமைதியாக சிகரெட்டை நுகர்வத்தைத் தொடர்ந்தான் தாடிக்காரன். ‘என்ன செய்கிறாய்?‘ என்றான் ஆத்திரமாக ரவி.

சிறு புன்னகையை உதிர்த்துவிட்டு, ‘இது உனக்கு அவசியமில் லாதது?’ என்று அமைதியாகப் பதிலளித்தான் தாடிக்காரன், இந்தமுறை சிகரெட் மீதிருந்த பார்வையைத் திருப்பவில்லை.

'நல்லது எண்ணித்தான் நான் உதவினேன்'.

'உன் மீது தவறில்லை என் மீதும் பிழையில்லை', என்று கண்களை மூடி ஞானிபோல் பதிலளித்துவிட்டு அமைதியைத் தொடர்ந்தான் தாடிக்காரன்.

'நீ செய்வது தகாத செயல்'.

'எனக்கு வாழ்க்கை தொலைந்துவிட்டது. கடும் வெய்யிலை கொடும் பனியை வெட்டவெளியில் நீ உணர்ந்திருக்கிறாயா?', என்று மறுபடி ரவியின் முகத்தை ஏறிட்டான் தாடிக்காரன்.

'நீ உடலுழைக்க மறுத்துக் காரணம் தேடுகிறாய்', என்றான் ரவி.

'எனக்குப் பொருளீட்டப் பணி இல்லை, வசிப்பதற்கு இருப்பிடம் இல்லை இதற்கெல்லாம் காரணம் என் கண்ணியம் என்று சொன்னால் நீ நம்பவா போகிறாய்?' என்று கூறிச்சாலையில் கடந்துபோன வாகனங்களின் மீது பார்வையைத் திருப்பினான் தாடிக்காரன்.

இத்தனை நேரம் கோபம் குடிகொண்டிருந்த ரவியின் மனம் சற்று கோபத்தைத் தள்ளிவைத்துத் தாடிக்காரன் கூறப்போகும் காரணத்தை எதிர்பார்த்தது. 'என்ன சொல்லப்போகிறாய்?'.

தன் வாதத்தை முன்வைக்கத் தொடங்கினான் தாடிக்காரன், 'நானும் படித்து முடித்து வேலை தேடிக்கொண்டிருந்தேன். எனக்கு என் நாடு தற்காப்பிற்காக கைத்துப்பாக்கி வைத்துக்கொள்ள அனுமதித்திருக்கிறது. ஒரு மாலை நான் உணவகத்திலிருந்து என் குடியிருப்பிற்குத் திரும்பிக்கொண்டிருந்தேன், இருள் சூழ்ந்த நேரம், நான்கு கயவர்கள் என்னை வழி மறித்தார்கள் என்னிடமிருந்த டாலர்களுக்காகத்தான் என்னை வழிமறிக்கிறார்கள் என்று எண்ணி என்னிடமிருந்த சொற்ப டாலர்கள்

அனைத்தையும் எடுத்து நீட்டினேன், அவர்களுக்கு அது அவசியமற்றது என்று பின்னர் உணர்ந்தேன், இருளில் என்னை வலுக்கட்டாயமாக அழைத்துக்கொண்டு மறைவிடம் நோக்கி நகர்ந்தார்கள். என் ஆடைகளைக் களைய வற்புறுத்தினார்கள். நான் மறுத்தேன் என்னைத் தற்காத்துக்கொள்ள நான் வைத்திருந்த கைத்துப்பாக்கியை பயமுறுத்தும் நோக்கில் எடுத்து நீட்டினேன், அதே வேளை அவ்வழி வந்த போக்குவரத்து போலீஸ் வண்டி அவர்களுக்குச் சாதகமாக அமைந்தது. வண்டியை நிறுத்தி போலீசிடம் நான் அவர்களை மிரட்டுவதாகக் கதைக்கட்டினார்கள். நான் கையில் துப்பாக்கியுடன் நின்றது மேலும் அவர்களுக்குச் சாதகமானது. என்னுடைய வாதம் எடுபடவில்லை அவர்கள் வென்றார்கள், நான் சிறைக்குச்சென்றேன். ஓராண்டு சிறையிலிருந்துவிட்டுத் திரும்பிய பிறகு எனக்கு இருப்பிடம் கிடைக்கவில்லை வேலையும் கிடைக்கவில்லை காரணம் பேக் ரவுண்டு வெரிஃபிகேஷன் நான் கிரிமினல் குற்றத்திற்காக சிறை சென்றவன் என்று அடையாளப்படுத்தியது. இப்போ சொல், கடும் வெய்யிலை கொடும் பனியை வெட்டவெளியில் நீ உணர்ந்திருக்கிறாயா?' என்று கொட்டித்தீர்த்தான் தாடிக்காரன். இதை எதிர்பார்க்கவில்லை ரவி. புயல் அடித்து ஓய்ந்ததுபோல அமைதி. ஜூன் மாத வெயில் உச்சத்தில் தகித்தது.

தொடர்ந்தான் தாடிக்காரன், 'இங்கே பணம் இருக்கிறது நான் சந்தித்த மனிதர்களிடம் பண்பு இல்லை. இங்கே அதிகாரம் இருக்கிறது நான் சந்தித்த மனிதர்களிடம் அன்பு இல்லை', என்றவன், 'என்னைப்பற்றி உனக்கேன் அக்கறை, நீ யார்?' என்றான் முதல் முறையாக. தன்னைக் கணிப்பொறி வல்லுநன் என்றும் பகுதிநேர எழுத்தாளன் என்றும் அடையாளப்

படுத்திக்கொண்டான் ரவி. சற்றும் தாமதிக்காமல் தாடிக்காரன் கூறினான், 'அப்படீன்னா எழுது, அமெரிக்கா என்பது அழகும் ஆடம்பரமும் மட்டுமல்ல அநீதியும் அசிங்கமும் கூடக் கலந்தது.'

✸✸✸

வீடு திரும்பிய பின்னரும் ரவியின் மனம் தாடிக்காரனையே சுற்றிச்சுற்றி வந்தது. தன்னை அசுவாசப்படுத்திக்கொள்ள, ஆட்கொண்ட நினைவிலிருந்து தன்னை மீட்டெடுக்க, ஒரு காபி உதவி செய்யும் என்று எண்ணியவன் சமையலறை நோக்கி நடந்தான். ஆம் அவன் தன்னைப் புதுப்பித்துக்கொள்ள வேண்டும் காரணம், இந்தவாரப் பதிப்பிற்கு அவன் புதிய கட்டுரை ஒன்று எழுதவேண்டும் இரண்டு மாத தாகத்தைத் தணித்துக்கொள்ளவேண்டும். காபியோடு வந்து ஹாலில் தொலைக்காட்சி ஒருபுறம் மெல்லிய ஒலியுடன் வண்ணங்களை உமிழ்ந்துகொண்டிருக்க சோபாவில் சாய்ந்து அமர்ந்தான். சிந்தனையும் முழு நாள் உழைப்பும் அவனை உறக்கத்தில் ஆழ்த்தியது, ஆடைகளை மாற்றவும் மறந்தவன் அப்படியே உறங்கிப்போனான். விடியும்பொழுது புதுத்தெளிவுடன் எழுந்தான். ஓடிக்கொண்டிருந்த தொலைக்காட்சியை நிறுத்தினான். நேற்றைய தாடிக்காரனுடனான சந்திப்பையே ஒரு பக்கக் கட்டுரையாக்கினான். குளித்துமுடித்துப் புதியவனானான் ரவி. கட்டுரைத்தனைக் கணினியில் தட்டச்சு செய்து அச்சுப்பிரதி எடுத்துத் தயாராக கையில் எடுத்துக்கொண்டான்.

மிகுந்த உற்சாகத்துடன் இதழ் அலுவலகம் நோக்கித் தனது காரைச் செலுத்தினான் ரவி. அந்தக் காலையிளம்வெயிலும் காரினுள் லாவெண்டர் மணமும் மகிழ்ச்சியைக்கொடுத்தது ரவிக்கு. வழியில் கடந்து சென்ற கார்களையும் நடந்துசென்ற

மாந்தர்களையும் கண்ட பொழுது ரவியின் மனமேடை ஒரு நாடகம் நடத்திக்காட்டியது அதில் வந்த மாந்தர்கள் ரவியினைச் சூழ்ந்துகொண்டு அவனது கட்டுரைக்காக பாராட்டுத் தெரிவித்துக்கொண்டும் ரவியுடன் தொடர்பு வைத்துக்கொள்ள அவனது சமூக வலைதள அடையாளங்களைக் கேட்டுக்கொண்டும் இருந்தனர், ரவி தனது எழுத்தாளன் என்ற அடையாளம் ஒரு மைல்கல்லைத் தொட்டுவிட்டதாக பூரித்துக்கொண்டிருந்தான். இந்த ஒரு கட்டுரை வாசகர்கள் மத்தியில் பெரும் வரவேற்பைப்பெறும் என்று எண்ணினான். சொல்லப்படாத ஒரு நிகழ்வைச் சொல்லப்போகிறது, ஒரு சாமானியனின் பேசப்படாத ஒரு மூலைப்பகுதியை, ஒரு இருட்டுப் பகுதியை இந்தப் பதிவு பேசப்போகிறது என்று எண்ணினான். ஒரு தீக்குச்சி கதிரவனாகப் போகிறது சிறு இலையின் அசைவு பெரும் புயலை உருவாக்கப்போகிறது என்ற ரவியின் சிந்தனையைத் ஏந்திக்கொண்டு கார் இதழ் அலுவலகத்தை அடைந்தது.

தனது கட்டுரையை பதிப்பாசிரியர் டாம் நிச்சயம் அங்கீகரிப்பான் என்ற நம்பிக்கையோடு அலுவலகத்தில் நுழைந்தான் ரவி.மொத்தத்தில் தான் கொண்டு வந்திருக்கும் தகவலில் கனம் இருப்பதாகவே நம்பினான்.

'ஹெலோ ரவி, ஹௌ ஆர் யு டூயிங்? ரொம்ப நாளா உன்னோட பங்களிப்பு இல்லை, இந்தவாரப் பதிப்பிற்காவது ஏதேனும் வித்தியாசமாக தயார் செய்திருக்கிறாயா?', என்ற பதிப்பாசிரியர் டாமின் கேள்விக்கு, வணக்கம் தெரிவித்துவிட்டுத் தொடர்ந்தான் ரவி, 'டாம் இந்த முறை என்னுடைய கட்டுரை கண்டிப்பா உனக்குப் பிடிக்கும். நீ கொடுத்த தலைப்பு'அன்பே செல்வம்' இதற்கு மிகப் பொருத்தமா இருக்கும்ண என்றான்.

‘எனக்குப் பிடிக்கிறது முக்கியமில்லை ரவி, மக்கள் ரசிக்கிறமாதிரி இருக்கணும், எங்கே காட்டு’ என்று கூறி ரவி தயாராகக் கையில் வைத்திருந்த தாளை வாங்கிப் படித்தான். முழுவதுமாகப் படித்து முடித்த டாமின் முகம் மாறியது. ‘என்ன ரவி இது?, எப்பவும் போல உன் எழுத்து நடை மிக அழகா இருக்கு ஆனா யாரோ ஹோம்லெஸ் தாடிக்காரனுடைய வாழ்க்கைத் தகவல் என்பதெல்லாம் ஜனரஞ்சகமா இல்லயே?’ என்று கோபமாகக் கூறிவிட்டு தாளை ரவியிடம் திருப்பினான் டாம்.

டாமின் புரிதலை ஏற்க மனமில்லாமல், இந்தமுறையும் தனது எழுத்து நிராகரிக்கப்படபோகிறதே என்ற வருத்தத்தில் தனது கட்டுரையில் தனது பார்வையை எடுத்துச்சொல்ல முயன்றான் ரவி. ‘டாம், ஒரு மனிதனின் வலி இன்னொரு மனிதனுக்குப் புரியணும் அதுதான் இந்தக் கட்டுரையின் நோக்கம், பணம் மனித வாழ்க்கைக்கு தேவை ஆனால் பணம் இருந்தும் ஒருவன் பண்பில்லாத அன்பில்லாத மனிதர்களால் வேட்டையாடப் படுவது எப்படி ஜனரஞ்சகமா அமையாதுன்னு சொல்ற?’ என்றான். மேசையிலிருந்த மடிக்கணினியின்று பார்வையை நகர்த்தவில்லை டாம்.

டாமின் விளக்கத்தை அறிந்துகொள்ளும் நோக்கில் மீண்டும் கேள்வி எழுப்பினான் ரவி. ‘ஒரு சாமானியனின் வாழ்க்கை சில வல்லூறுகளால் திசைதிருப்பப்படுகிறது. வல்லூறுகள் திரைமறைவில் தனது வாழ்க்கையை சேதாரமின்றித் தொடர்ந்துகொண்டிருக்க சாமானியன் வாழ்க்கை இழப்பதை எந்த மன்றமும் வெளிச்சத்தில் காட்டாத பொழுது அதை எழுத்து மட்டும்தான் வெளிக்கொணர இயலும். எழுத்தும் கைகட்டி வாய்பொத்தி நின்றால். எதிர்காலச் சமூகத்திற்கு நல்லது எது தீயது எது என்று யார் எடுத்துச்சொல்வது?’

ரவியின் தொடர்கேள்விகளுக்கு முற்றுப்புள்ளி வைக்க எண்ணிய டாம், 'இங்க பார் ரவி, மக்களுக்குத் தேவை கேளிக்கை, படிச்சு முடிச்சா நல்லா சிரிக்கணும் இன்னும் நாலு பேருக்கு அதைப் பரிந்துரைக்கணும், தினம் தினம் பல சிக்கல்களை அனுபவிச்சுக் கடந்து வர்ற வாசகன் இந்தமாதிரி வலிகளைப் படிக்க விரும்பமாட்டான்', என்று விளக்கமளித்துவிட்டு மடிக்கணினித்திரைமீது மீண்டும் பார்வையைத் திருப்பினான்.

தாளைப் பெற்று மடித்துத் தனது கால்சட்டைப் பைக்குள் நுழைத்துக்கொண்டு டாமின் அறையை விட்டு வெளியேறினான் ரவி. அலுவலகத்தை விட்டு வெளியேறி தனது காரைச் செலுத்திக்கொண்டு அந்த சாலைப் பாலத்தின் அருகாமையில் உள்ள மால் வளாகத்திற்குச் சென்றான். காரை நிறுத்திவிட்டு மால் வளாகத்தில் இருக்கும் துரித உணவுக் கடையிலிருந்து ரொட்டிவகை உணவை வாங்கிக்கொண்டு, தான் நேற்று தாடிக்காரனைச் சந்தித்த பாலத்தின் அடி நிழலுக்குச்சென்றான். அங்கே திறந்த வெளியில் சாலையோரத்தில் அந்த தாடிக்காரன் நல்ல உறக்கத்தில் இருப்பதைக் கண்டான், அது இயல்பான உறக்கம் இல்லை ராஜ போதை என்பது ரவிக்குத்தெரியும். இன்னும் சிலமணி நேரங்களுக்கு அந்த சுற்றுச்சூழலில் நடப்பவற்றை தாடிக்காரனால் உணரமுடியாது என்பதும் ரவிக்கு நன்றாகத் தெரியும். கொண்டு வந்த உணவை அவனருகில் பத்திரப்படுத்திவிட்டுத் தனது காருக்குத் திரும்பினான். திரும்பும் வழியில் தென்பட்டது ஒரு குப்பைத் தொட்டி, தனது கால்சட்டைப்பைக்குள் இருந்த கட்டுரைத்தாளை எடுத்துக் கிழித்துக் குப்பையில் எறிந்துவிட்டு தனது காரை நோக்கி நடந்தான்.

# மிதக்கும் பயணங்கள்

நெல்சனின் நடப்பு கான்ட்ராக்ட் நிறைவடைய இன்னும் இரண்டு மாதங்கள் இருந்தது விரைவில் தனக்கு நிச்சயம் செய்த பெண்ணை நேரில் பார்க்கப் போகும் ஆவலில் இருந்தான் நெல்சன். இந்த கான்ட்ராக்ட் நிறைவடையும் பொழுது கப்பல் யான்பு துறைமுகத்தை நோக்கிய பயணத்தில் இருக்கும், கான்ட்ராக்ட் தேதி முடிந்து ஐந்து நாள்களுக்குப் பிறகே கப்பல் யான்பு துறைமுகத்தைத் தொட்டிருக்கும். பொதுவாக கரையில் இறங்கும்பொழுது இரண்டொரு நாட்கள் அந்தத் துறைமுகநகரை சுற்றி பார்த்துவிட்டு பின் பயணத்தை தொடர்வதோ அல்லது ஊருக்குத் திரும்புவதோ வழக்கம் ஆனால் யான்பு துறைமுகத்தில் அப்படி இறங்கி உலா வரமுடியாது. இஸ்லாமியர்களின் முக்கிய நகரமான மதீனா இருக்கும் காரணத்தால் இசுலாமியர்கள் அல்லாதவர்கள் அங்கே வெளியில் செல்ல அனுமதி கிடையாது. கப்பலை விட்டு இறங்கக்கூட கெடுபிடி அதிகம். முறையான அனுமதிப் படிவங்கள் பெற்ற மேலதிகாரி பரிசோதகர்கள் மட்டுமே கப்பலைவிட்டு இறங்க முடியும். நெல்சனுக்கு கான்ட்ராக்ட் முடியும் காரணத்தால் அவன் திரும்ப அவனது ஊர் செல்லவேண்டுமாதலால் அவனுக்கு அனுமதி வாங்கியிருந்தார்கள். கப்பலில் இருந்து இறங்கியதும் நேரே

விமான நிலையம்தான் செல்ல முடியும் வேறு எங்கும் அடி எடுத்து வைக்க முடியாது.

இந்தக் கப்பலில் பாட்ரிக் தான் நெல்சனுக்கு மிக நெருங்கிய நட்பு. இலங்கை துறைமுகத்தைக் கடக்கும் பொழுது ஒருநாள் நெல்சனுக்கு காய்ச்சல் மிக அதிகமாக இருந்தது கப்பலில் இருந்த மருத்துவர் ஒன்றிரண்டு மருந்துகளைக் கொடுத்து நல்ல ஓய்வெடுக்கச்சொன்னார். அந்த இரண்டு நாட்கள் முழு ஓய்வில் பாட்ரிக் நெல்சனை கவனித்துக் கொண்ட விதம் நெல்சனுக்கு அவனது தாயை ஞாபகப் படுத்தியிருந்தது. மேல்தளத்தில் வேலைக்கு செல்லும்பொழுது கூட வெந்நீரை பிளாஸ்கில் வைத்துவிட்டு 'நீ ரொம்ப எழுந்திரிக்காதே நான் ஒரு மணி நேரத்துக்கு ஒருமுறை டெக்கில் உன்னை வந்து பார்த்துக் கொள்கிறேன்' என்று சொல்லிவிட்டுச்செல்வான் பாட்ரிக். அடுத்ததாக நெல்சனின் நெருக்கம் அந்த இரண்டு புறாக்கள், ஆம் ஒரு மாலை வேளை ஹாங்காங் துறைமுகத்திடம் விடைபெற்றுக் கொண்டு கப்பல் நகர்ந்த பொழுது சிறகடித்து வந்து இரண்டு புறாக்கள் நெல்சனின் டெக்கின் ஜன்னல் அருகே அமர்ந்தது, ஒன்று இளம் சாம்பல் நிறம் மற்றொன்று வெண்மை. நெல்சனுக்கு இவைகளைப் பார்த்த பொழுது மிகவும் ஆச்சர்யமாகவும் மகிழ்ச்சியாகவும் இருந்தது. இருட்டும் வரை அந்தப் புறாக்கள் அந்த ஜன்னலை விட்டு மீண்டும் பறக்கவே இல்லை, இது மேலும் ஆச்சர்யத்தைத் தூண்டியது நெல்சனுக்கு. காலையில் பார்த்தான் அங்கேயே நின்றன. அன்று அவைகளுக்கு அடைக்கலம் கொடுக்க எண்ணி கப்பலில் இருந்த மரச் சட்டங்களைக் கொண்டு அவைகளுக்குக் கூடு செய்தான். தினமும் உணவு தண்ணீர் கொடுத்து புறாக்களை உபசரித்து வந்தான். வேலை நேரம் போக புறாக்களுடன் பேசி மகிழ்வது நெல்சனின் வினோதப் பொழுதுபோக்கு.

இன்று பாட்ரிக்குக்குப் பிறந்தநாள், கப்பல் சிப்பந்தி கேக் செய்திருந்தார், எல்லோருடைய பிறந்தநாளையும் கேக் வெட்டிக் கொண்டாடுவது கப்பலில் வழக்கம். கப்பல் சிப்பந்திகள் அதிகாரிகள் என எல்லோரும் கூடியிருக்க கேக் வெட்டி முதல் துண்டை நெல்சனுக்கு ஊட்டினான் பாட்ரிக். நெல்சனும் பாட்ரிக்குக்கு ஊட்டினான். ‘பிரெண்ட்ஸ் உங்களுக்கெல்லாம் ஒரு ஹாப்பி நியூஸ்,’ என்று நெல்சனின் திருமண நிச்சயத்தை சொல்ல வாயெடுத்தான் பாட்ரிக், வெட்கத்தில் சொல்லாதே என்று கையசைத்தான் நெல்சன், ஓர விழியில் பார்த்துவிட்டு சிரித்துக்கொண்டே தொடர்ந்தான் பாட்ரிக். நம்ம பிரென்ட் நெல்சன் இந்த கான்ட்ராக்ட் முடிஞ்சதும் ஊருக்குப் பொய் கல்யாணம் செஞ்சுக்கப் போறார், அவங்க வீட்டில பெண் பார்த்து நிச்சயம் செஞ்சுட்டாங்க’ என்றதும் குழுமியிருந்த அனைவரும் ஹேய் என்ற ஆரவாரத்தோடு கைகள் தட்டி ஒவ்வொருவரும் நெல்சனுக்கு வாழ்த்துச்சொல்ல ஆரம்பித்தார்கள். ‘ஐ ஆம் ஹாப்பி டு கெட் யுவர் க்ரீட்டிங்ஸ், எல்லோருக்கும் நன்றி, மறந்துடாதீங்க இன்னிக்கு பாட்ரிக்குக்குத்தான் பிறந்தநாள் சோ இந்த செலிப்ரேஷன் பாட்ரிக்குக்குத்தான்’ என்று ஞாபகப் படுத்தினான் நெல்சன்.

நடுக்கக்கடலில் பிறந்தநாள் கொண்டாடி ஆனந்தமாய் பெற்றோருடன் போனில் உரையாடி நல்ல பொழுதாக இருந்ததை சற்றே மனதில் அசை போட்டுக்கொண்டிருந்தான் நெல்சன். புறாக்களுக்கு உணவளித்துவிட்டு இந்த இரவில் சற்றுநேரம் இயற்கைக் காற்றுவாங்கிவிட்டு வரலாம் என்று மேல்தளத்திற்கு வந்தான். அங்கே ஏற்கனவே பாட்ரிக் கையில் தேனீர் குவளையோடு நின்றிருந்தான். ‘என்னடா தூக்கம் வரலியா‘ என்றான் பாட்ரிக். ‘மனசு ரொம்ப சந்தோஷமா இருக்கு, எல்லாமே

நிறைவா இருக்க மாதிரி ஒரு பீலிங், தூக்கம் வரல' என்றான் நெல்சன். 'ம்... வுட்பீ ஞாபகம்னு சொல்லு..' என்றான் பாட்ரிக் சிரித்துக்கொண்டே. 'ஏ... எனக்கு மறந்தா கூட நீ ஞாபகப் படுத்திவிடுவாய்' என்றான் பதிலுக்கு சிரித்துக்கொண்டே நெல்சன். 'நெல்சன், உன்கிட்ட ஒண்ணு சொல்லணும், இன்னிக்கு பார்ட்டில எல்லோரும் ஹாப்பியா இருந்தாங்க ஆனா நீ கவனிச்சியா வாலரி மட்டும் கொயட்டா இருந்தா, அவ முகம்கூட கொஞ்சம் டல்லா இருந்துச்சு,'

'யெஸ், கவனிச்சேன், ஆனா எனக்கு அத கேட்கணும்னு தோணல,'

'என்னவா இருக்கும்?'

'அவகிட்டையே கேட்கலாமே பாட்ரிக்', என்றான் நெல்சன்.

'நோ, அவ எதார்த்தமா இருந்து நாம தப்பா புரிஞ்சுக்கிட்டா?' என்று கேள்வியெழுப்பினான் பாட்ரிக்.

'இல்ல, அவ ஏதோ நினைப்புல இருந்ததை என்னால பீல் பண்ண முடிஞ்சுது,' என்றான் அழுத்தமாக நெல்சன். 'சரி விடியட்டும் நானே அவகிட்ட கேட்கறேன்' என்றுவிட்டு நெல்சன் தொடர்ந்தான், 'நான் கிச்சனுக்கு போய் ஒரு டீ போட்டு எடுத்துட்டு வறேன்', 'நானும் வறேன்' என்று நெல்சனைத் தொடர்ந்தான் பாட்ரிக்.

இளங்காலைச் சூரியன் கடலைத் தங்கமாக்கிக் கொண்டிருந்தான். டெக்கினுள் நல்ல உறக்கத்தில் இருந்தான் நெல்சன் கதவு திறக்கும் ஓசை கேட்டு சட்டென விழித்தான், பட படவென சிறகடித்தன புறாக்கள், பதட்டமாக உள்ளே வந்த பாட்ரிக், 'ஹேய் நீ எதுவும் வாலரிகிட்ட பேசல இல்ல?' என்று கேட்டான், 'நைட் நாம பேசிட்டிருந்தோம் அப்பறம் நான் கீழ

வந்து தூங்கிட்டேன்,' என்ற நெல்சன் தொடர்ந்தான், 'நான் அவகிட்ட எதுவும் பேசல,'

'நல்லது, காலைல ப்ரேக்பாஸ்ட சாப்பிட கிச்சன் போனேன், வாலரி கண்ணை தொடைச்சிகிட்டே உள்ள இருந்து வெளியே வந்தா, அவ போனதுக்கப்பறம் நானும் செஃப் கிட்ட ஏன் வாலரி சோகமா இருக்காண்ணு கேட்டேன், செஃப் சொன்னத கெட்டப்பறம் எனக்கு இந்த கப்பல் லைப் மேல ஒரே கோபம்.'

'என்னடா சொல்ற'

'பின்ன என்னடா, உனக்கே தெரியும் வாலரியோட மேரேஜ் ஒரு லவ் மேரேஜ், இப்போ என்னடான்னா அவ ஹஸ்பெண்ட் அவளுக்கு டிவோர்ஸ் அனுப்பியிருக்கானாம்'

இதைக் கேட்டு அதிர்ந்த நெல்சன், 'ஏண்டா' என்றான் முழுவதும் தூக்கம் கலைந்தவனாக.

'இவ பாக்குற கப்பல் டூட்டி பிடிக்கலையாம்'

'இதெல்லாம் முன்னாடி தெரியாதா?'

'அது என்னவோ, ஆனா பாவம்டா வாலரி, அவளோட பேமிலி சிச்சுவேஷன் கொஞ்சம் எனக்கு தெரியும், பட் வாட் டு டூ... நத்திங் இஸ் இன் அவர் ஹான்ட்'

நாட்கள் ஓடிக்கொண்டிருக்கிறது, இன்னும் ஒரு வாரம் இருக்கிறது நெல்சனின் இந்த ஒப்பந்தம் நிறைவடைய. இன்று ஞாயிற்றுக் கிழமை பிரியாணி ஸ்பெஷல் டே. வாலரி சைவம் என்பதால் கப்பலில் அசைவ உணவு சமைக்கும் நாட்களில் அவள் தனியே தனக்கென சைவ உணவு தயார் செய்து கொள்வாள். அன்று ப்ளம் கேக் செய்திருந்தாள் முட்டை சேர்க்காமல். அங்கே ஒரு மேசையில் பாட்ரிக் மற்றும் நெல்சன் அமர்ந்து பிரியாணி

சுவைத்துக்கொண்டிருந்தனர். அருகில் தனது ப்ளம் கேக்குடன் வந்து அமர்ந்தாள் வாலரி. 'கைஸ் சண்டே என்ன ஸ்பெஷல்' என்றாள், 'வேற என்ன சாப்பிட்டுட்டு வீட்டுக்கு போன் செய்யணும், ஒரு படம் பார்க்கணும், தண்ணியில மிதந்துகிட்டு வேற என்ன பண்ண முடியும் சொல்லு' என்றான் பாட்ரிக்.

'ட்ரு,' என்றவள் நெல்சனிடம், 'உன்னோட டவ்ஸ் எப்படி இருக்காங்க, கண்டு பிடிச்சுட்டியா ரெண்டு பெரும் ஜோடியா இல்ல பிரெண்ட்ஸா..?'

சிரித்தோக்கொண்டான் நெல்சன், 'அவங்க யாரோ தெரியாது, ஆனா ரெண்டுபேருக்கும் அண்டர்ஸ்டாண்டிங் ரொம்ப அதிகம்.' என்றவன் தொடர்ந்தான், 'ஆமா நீ பிறந்தித்திலிருந்தே சைவம் தான் சாப்பிடுவியா வாலரி?,'

'ஐ கான்ட் சே, பட் எனக்கு நினைவு தெரிஞ்ச நாளா நான் வெஜ் தான் ஏனோ எனக்கு மீட் டேஸ்ட் ஒத்து வரல'

'பட், இப்ப நாங்க சாப்பிடுறோம் நீ எங்க பக்கத்துல உக்காந்திருக்க... இஸ் தட் ஓகே ?', கேட்டான் பாட்ரிக்.

'ஐ யூஸ்ட் டு இட்' என்று பதிலளித்தாள் வாலரி

'ஸோ மூக்கு ஏத்துக்கும் நாக்கு தான் ஏத்துக்காது, ஆம் ஐ ரைட் வாலரி,' சிரித்துக்கொண்டான் நெல்சன்.

'ஹே.. யு நோ.. ப்ளம் கேக் இஸ் ஒன் ஆப் மை பாவோரைட்'

'அதான் மத்தவங்களுக்கு கொடுக்காம நீயே கொஞ்சமா செஞ்சுக்கிட்டியா,' கண்ணடித்தான் நெல்சன்.

'ஹேய்... நீங்க பிரியாணி டேஸ்ட் பண்ணும்போது இதெல்லாம் உங்களுக்கு சாதாரணம், டு யு வாண்ட் டு டேஸ்ட் இட்?' எடுத்து நெல்சனிடம் நீட்டினாள் வாலரி

அத்தனையும் பச்சைநிறம்

‘ஹேய்... ஜஸ்ட் கிட்டிங்....’ என்று மறுத்தான் நெல்சன்.

‘யு நோ... ப்ளம் கேக் செய்ய கத்துக்கிட்டதே என் ஹஸ்பண்ட்காகத்தான். அவருக்கு பிடிக்கும்னு சொன்னார் அவருக்காக செய்ய ஆரம்பிச்சு இப்போ இது எனக்கு பிடிச்சுப் போச்சு’, நெல்சன் பாட்ரிக் இருவருக்கும் என்ன பேசுவது என்று தெரியாமல் சற்றே மௌனத்தில் கடத்தினர்.

‘ஹே... என்ஜாய் தி சண்டே கைஸ்’, என்று விடை பெற்றுக்கொண்டு மேசைவிட்டு நகர்ந்தாள் வாலரி.

யான்பு துறைமுகத்தின் எல்லையை அடைந்ததும் கப்பல் நங்கூரமிட்டு தற்காலிகமாக நிறுத்திவைக்கப்பட்டது. ‘பாஆஆ.....ம்..’ கப்பலின் சங்கொலி யான்பு துறைமுகத்திற்கு சமிக்ஞையானது. துறைமுகத்திற்குத் தகவல் அனுப்பினார் தலைமை மாலுமி, தகவலில் நெல்சனுக்கான அனுமதி, விமான நிலையம் வரை தனி வாகனம் மற்றும் விமான டிக்கட் போன்ற விபரங்களை மீண்டும் நினைவுபடுத்தியிருந்தார்.

இந்த இரவு மட்டும்தான் நெல்சனுக்கு இந்தக் கப்பல் பயணம் நாளை கப்பல் துறைமுகத்தை அடைந்தபின்னர் அவனுக்கு வேறு வாழ்க்கை காத்திருக்கின்றது. இந்த விடுமுறை நிறைவடைந்ததும் மீண்டும் கப்பலில் தொடர்வான் நெல்சன் ஆனால் இதே கப்பலா இதே நண்பர்களா என்பதெல்லாம் உறுதியாகச் சொல்லமுடியாது. இரவு உணவிற்குப் பின் கப்பலில் பயணித்து வந்த சக ஊழியர்கள், அதிகாரிகள் ஒவ்வொருவரையும் சென்று பார்த்து விடை பெற்று வந்தான் நெல்சன். கேன்டீன் கடந்து வரும்பொழுது அங்கே வாலரி மற்றும் பாட்ரிக் இருவரும் நிற்பதைக் கண்டான். அருகில் சென்றான் நெல்சன், பேசுவதற்கு வார்த்தை வரவில்லை, பாட்ரிக்கின் கண்கள் பளபளப்பதைக் கண்டான் நெல்சன்,

வாலரியும் அதை கவனித்தாள், பாட்ரிக்கின் கையை இருக்கமாகப் பிடித்து, 'ஹே... டேக் இட் ஈஸி..., இன்னும் ரெண்டு மாசத்துக்கு அப்புறம் நீயும் ஒரு இடத்தில் இறங்கப்போற அதற்கு அப்பறம் எனக்கும் ஒரு இடம், நம்ம ஜாப் இப்படித்தானே... டேக் இட் ஈஸி..' என்று பாட்ரிக்கை சமாதானம் செய்தாள் வாலரி. அதுவரை அடைத்து வைத்திருந்த மனக்குமுறலை பாட்ரிக்கின் தோளில் சாய்ந்து கண்ணீராக கொட்டித்தீர்த்தான் நெல்சன். இதை பாட்ரிக் எதிர்பார்த்திருந்தவன்போல நெல்சனை அணைத்து ஏற்றுக்கொண்டான்.

நெல்சன் தங்கியிருந்த டெக்கில் தனது உடமைகளை சரிசெய்து கொண்டு இருந்தான், பாட்ரிக் அருகே நாற்காலியில் அமர்ந்திருந்தான். 'டேய் இந்த புறாக்களை என்ன செய்யலாம்,' கேட்டான் பாட்ரிக்.

புரியுது, நான் கூட கூட்டிக்கிட்டு போக முடியாது, யாரையும் பார்த்துக்கச்சொல்லவும் முடியாது, சோ காலைல அவங்க ரெண்டுபேரையும் ஜன்னல்கிட்ட வைக்கப்போறேன் அவங்க இருக்க நினைக்கிறாங்களா இல்ல பறக்க நினைக்கிறாங்களான்னு அவங்களே முடிவு செய்யட்டும், யான்பு தரையிலே நடக்குறதுக்கு எனக்குத்தான் அனுமதி இல்ல ஆனா யான்பு வானத்துல பறக்குறதுக்கு அந்தப் புறாக்களுக்கு முழு சுதந்திரம் இருக்கு, அவங்களுக்கு எந்த அடையாளமும் கட்டுப்பாடும் கிடையாது.

இன்று அந்த சூரியன் கொஞ்சம் நிதானமாகத்தான் எழுந்தான், கப்பலை விட்டு நெல்சன் பிரிவதில் அவனுக்குக்கூட சற்று வருத்தம் போல. சொன்னதுபோல புறாக்களை ஜன்னலின் அருகே வைத்தான். காரணம் கேட்காமல் படபடவென சிறகடித்து நெல்சனுக்கு நன்றி சொல்லிவிட்டு அந்த இளம் சாம்பல் நிறப்

புறாவும் வெண்புறாவும் யான்பு வானத்தில் உல்லாசமாகப் பறந்தது. அவைகள் கண்களுக்கு எட்டும் வரையில் அந்த வானத்தையே பார்த்துக்கொண்டிருந்தான் நெல்சன்.

தலைமை அதிகாரியிடம் விடை பெற்று கோப்புகளில் கையெழுத்திட்டுவிட்டு தனது உடைமைகளை எடுத்துக்கொண்டு கப்பலிலிருந்து பிரியாவிடை பெற்றான் நெல்சன்.

கால மாற்றத்தில் பறவைகளின் இருப்பிடம் மாறும், கப்பல் பயணமும் வாலரி பாட்ரிக் நெல்சன்களுக்கு ஒரு கால மாற்றம்.

வாலரி, பாட்ரிக், நெல்சன்களின் பயணங்களுக்கு துறைமுகங்கள் கிடையாது இந்தப் பயணங்கள் மிதந்துகொண்டே இருக்கும்.

# அகம்

அந்த மாமரத்தில் பூக்கள் பூத்த கிளைகளை ஒவ்வொன்றாக எண்ணிக் கொண்டிருந்தாள். எண்ணச்சொல்லிச் சென்றவன் அவள் கணவன். காலையில் அவன் வெளியே புறப்படும்போது, அவள் தனிமையில் ஏதாவது சிந்தித்துத் தன்னை வருத்திக் கொள்ளக்கூடும் என்று அப்படியொரு பொழுதுபோக்கை அவளுக்குச் சொல்லிச் சென்றான். ஏன் அவள் சிந்தித்து வருந்தவேண்டும்? கடந்த இரண்டு நாட்களாக அவள் எதிர்பார்த்த வீடு அமையவில்லை அவனும் அவளுக்காக எங்கெங்கோ அலைகிறான் ஆனால் கிடைக்கவில்லை. இன்றாவது கிடைத்துவிட்டது என்ற நல்ல செய்தியைக் கொண்டுவருவான் கணவன் என்ற எதிர்பார்ப்போடு இதோ மாம்பூக் கிளைகளை எண்ணிக் கொண்டிருக்கிறாள். வீடு என்பது வெறும் கனவு மட்டுமல்ல அதையும் தாண்டி அவசியம் ஆனது. ஒரு வீட்டில்தான் குடும்பம் நிறைவடைகிறது, தலைமுறை தழைக்கிறது, மழலைகளின் எதிர்காலம் உருவாக்கப்படுகிறது, வீடு இல்லையென்றால் குடும்பம் எது?

இந்தப் பிரபஞ்சம் இயற்கை. இங்கே ஓரறிவு உயிர்கள் தொடங்கி, உயரெண்ணிக்கை அறிவுயிர்கள்வரை எல்லோரும் எதிர்பார்ப்பது அதிகபட்சம் மகிழ்ச்சி என்ற ஒன்றாகத்தான்

இருக்கவேண்டும். பிற அனைத்தும் 'மகிழ்ச்சி' என்ற அந்த ஒற்றைச் சொல்லுக்குள் ஒளிந்துகொள்கிறது. அவளும் மகிழ்ச்சியை எதிர்பார்க்கும் உயிர்களுள் ஒருத்தியாய் இந்த இயற்கையில் இணைந்திருப்பவள். வீடு தேடும் படலம் மட்டும் இல்லாதிருந்திருந்தால் அவள் இந்நேரம் அதிக மகிழ்ச்சியில் இருந்திருப்பாள் பூக்கள் பூத்துக்குலுங்கும் அந்த மாமரத்தைப்போல. ஒவ்வொருநாளும் வீடு தேடிவிட்டு வரும் கணவனிடம் அவள் எதிர்பார்ப்பது ஒற்றை பதில்தான், அது 'கிடைத்துவிட்டது' என்பது, ஆனால் அது அவ்வளவு எளிதாக இருக்கவில்லை. அடுத்தவரை எதிர்பார்த்து வாழ்வது எத்தனை கொடுமையானது என்று அவள் இப்போது உணர்கிறாள். தன்னால் இயலவில்லை என்பது அவளுக்கு ஒரு குறையாக இருப்பினும் அந்தக்குறைக்கு இயற்கையும் பொறுப்பு என்று அவள் நம்பினாள். ஏற்கனவே பார்த்துவைத்த வீட்டை அன்று வந்த கடும்புயல் கொண்டு போகுமென்று அவர்கள் நினைத்திருக்கவில்லை. அந்தப் புயலில்தான் எத்தனை எத்தனை சேதம்.. அப்பப்பா நினைத்துப் பார்க்கையில் கண்கள் இருட்டிக்கொண்டு வந்தது அவளுக்கு, ஆடுகள், மாடுகள் என்று எத்தனை உயிரினங்கள்...? எத்தனை மரங்கள்...? மனிதர்களின் சராசரி வாழ்க்கையையே புரட்டிப் போட்டுவிட்டுச் சென்றுவிட்டது. நினைவுகளின் ஊடே பூக்கிளைகளை எண்ணுவதிலும் அவள் கவனமாக இருந்தாள்.

இன்று தன் தொழில் செவ்வனே நிறைவேறியதென்று தன் கதிர்களைச் சுருக்கிக்கொண்டு ஆதவன் புறப்பட்ட காரணத்தால் மேற்கு வானம் சிவப்புடுத்தியிருந்தது. சூரியகாந்திகள் மேற்கில் தன் தலைவனுக்கு விடை கொடுத்துவிட்டுத் தலைவனைப் பிரிந்த சோகத்தில் நின்றன. அலரப் போகும் ஆனந்தத்தில் அரும்பாக

அல்லிகள் செழித்து நிமிர்ந்து நின்றன, ஆனால் அவளோ தன் கணவன் இன்னும் திரும்பவில்லையே என்ற கவலை, தன் சிவந்த கண்களில் பளபளக்க, இங்குமங்குமாகத் தலையைத் திருப்பி அவன் வரும் திசைகளை ஆவலோடும், சற்றே படபடப்போடும், கோடிக் கனவுகளோடும் நோக்கினாள். பொதுவாக வெளிச்சம் இருக்கும் வேளையிலேயே திரும்புபவன் இன்று இருட்டப் போகும் நேரம் ஆகியும் ஏன் இன்னும் திரும்பவில்லை? என்ற கேள்விக்கொக்கி மனதைத் துளைத்துக்கொண்டிருக்க, அங்கே யாரோ வருவது போல் தெரிகிறதே அது வெறும் தோற்றப்பிழையாக இருந்துவிடாமல் தன் கணவனாக இருக்கவேண்டுமென்று கூர்ந்து கவனித்தாள்... ஏமாற்றமே மிஞ்சியது. பார்த்துப் பார்த்து சோர்வடைந்த கண்கள் சிறிது ஓய்வு கேட்கும் நேரம் அவளுக்குப் பின்புறமாக வந்து நின்று அவளை ஆச்சர்யப்பட வைத்தான் கணவன். அவன் வரவால் அமைதி கொண்டவள், நிம்மதிப் பெருமூச்சாக நாசி விடைக்கக் காற்றை உள்ளிழுத்தாள் பின் வெளியேற்றி நாசியை இயல்பு நிலைக்குத் திருப்பினாள். 'இனிமே லேட்டா வந்தா அர்ச்சனா சுவீட்டோட தான் வரணும்' என்று கணவனுக்குக் கட்டளையிடுபவளாக அவள் இல்லை. 'கிடைச்சுதா?' என்பதுதான் அவளின் முதல் வார்த்தையும், ஒரே வார்த்தையும், கேள்வியுமாக இருந்தது. அவன் எந்த ஆரவாரமும் கொள்ளாமல் இல்லை எனும் தோரணையில் தலையை இடம் வலமாகத் திருப்பினான். கணவன் திரும்பவில்லையே என்றிருந்த கவலை நிலைகடந்துபோக இப்பொழுது கணவனைக் காண்கையில் அவளுக்குக் கோபமே மிஞ்சியது, 'இவ்வளவு பெரிய நிலப்பரப்பில் நமக்காக ஒரு வீடு இல்லையா?', பதில் தரவேண்டிய கட்டாயம் அவனை இப்பொழுது பேச வைத்தது, 'கோபப்படாம நான் சொல்றதக் கொஞ்சம் அமைதியா கேட்பியா?'

அத்தனையும் பச்சைநிறம்

'நீ சொல்றதுக்காக நான் பொறுக்க முடியாது... இன்னும் ஒரு நாள்தான் அதுக்குமேல என் கையில எதுவும் இல்ல...'

'இது நல்லா இருக்கே, நானா புயலை வரச்சொன்னேன்? நானா பார்த்து வச்ச வீட்டை துவம்சம் பண்ணிட்டுப் போகச் சொன்னேன்? எதெதுக்குத்தான் நான் பொறுப்பேத்துக்கறது?', என்று சலித்துக்கொண்டான்.

'பேச்சுக்கு ஒன்னும் குறைச்சல் இல்ல, என் நிலைல இருந்துபார் உனக்குப் புரியும். என்ன செய்யுறது? இயற்கை ஆணை ஒரு மாதிரியும் பெண்ணை வேறமாதிரியுமில்ல படைச்சிருக்கு'. என்று தன்னை நொந்துகொண்டவளின் அருகில் சென்று ஆறுதல் வார்த்தைகள் மொழிந்தான்.

'இப்படி சொன்னா எப்படி... இந்தா மொதல்ல இதைச் சாப்பிடு.. நீ பசியோட இருப்ப', என்று அவளின் பசியாற்ற முனைந்தவன் மீது கோபப்பார்வை ஒன்றைச் செலுத்திவிட்டுத் தன் தலையைத் திருப்பிக்கொண்டாள்.

'எப்பவும் சீக்கிரம் வர்ற நான் இன்னிக்கு மட்டும் ஏன் இவ்வளவு தாமதமா வந்தேன்னு நீ கேட்கவே இல்லையே...'

'அதான் வந்துட்டியே... இப்ப நான் கேட்கிறதால ஏதாவது மாறிடப் போகுதா? போ போ... உன் தேவைக்கு நீ எங்க ஊர் சுத்தப் போனியோ? நீ உண்மையாவே வீடு தேடுனியான்னு எனக்கு சந்தேகமா இருக்கு...'

'பாத்தியா... என்மேலையே உனக்கு சந்தேகமா.. சரி கேளு.. ஒரு வீடு பார்த்தேன் அது இங்க பக்கத்துல இல்ல, சூரியகாந்தித் தோட்டத்துக்கு அந்தப்பக்கம் கொஞ்ச தூரம் போகணும், அதுனாலதான் இவ்வளவு நேரமாச்சு, வீடும் நாம தேடுற

மாதிரியான வீடுதான் ஆனாப்பாரு அந்த வீட்டுல நாம எதிர்பார்க்கிற மாதிரி சூழ்நிலை இல்ல...'

இவர்களின் இந்த சலசலப்பைப் புரிந்துகொள்ள மனமில்லாமல் அல்லிகள் மலர்ந்து மணம் பரப்பிக்கொண்டிருந்தன. பாதிச் சந்திரன் தடாகத்தில் மிதந்துகொண்டிருந்தது, பனியுடுத்திப் புற்கள் நிமிர்ந்து நின்றது, பாலொளி எங்கும் பரவி இருட்டுக்கு நிலவு நிறம் பூசிக்கொண்டிருந்தது, அவள் மலர்ந்திருக்கும் அல்லிகளை நோக்கினாள், அந்த அல்லியின் அருகில் அடுத்தநாள் மலரக் காத்திருக்கும் ஒரு புது மொட்டின் மீது தனது பார்வையைப் பதியவைத்து விழித்துக்கொண்டிருந்தாள். அவளை அமைதிப் படுத்தும் முயற்சி முயற்சியாகவே நிற்க அன்று முழுதும் அலைந்த காரணத்தால் அவன் உறங்கிப் போனான். உறங்கிக் கொண்டிருக்கும் அவனைப் பார்த்து அவள் தனக்குள்ளேயே பேசிக்கொண்டாள், 'எனது கோபம் நியாயமானதுதானே?, நீயும் எனக்காக அலைகிறாய், எனக்கது புரிகிறது, ஆனால் காலத்திடம் அந்தப் புரிதல் இல்லை. எனக்குத் தெரியும் நீ என்மீது கோபம் கொள்ள மாட்டாய், எனது வார்த்தைகளில் வேகம் இருந்தாலும் என் மனதில் உன்னைப் பற்றிய புரிதல் உண்டு என்பது உனக்கும் புரியும்.' விடியும் பொழுது தங்கள் தேவைக்கு ஒரு வீடு கிடைக்கும் என்ற நம்பிக்கையில் அவள் உறங்க முன்வந்தாள்.

பின் தூங்கி முன்னெழுந்தவளின் குரல்கேட்டு விழித்துக் கொண்டான், தானே முன்வந்து அவள் பேசியதிலிருந்து அவளின் கோபம் நேற்றே விடைபெற்றுவிட்டதைப் புரிந்துகொண்டு, 'நம்பிக்கையோட இரு இன்னைக்கு கண்டிப்பா வீட்டைக் கண்டுபிடிச்சுட்டு மதியத்துக்குள்ள வறேன்' என்று அவளுக்கு நம்பிக்கை கொடுத்துவிட்டு உற்சாகமாய்ப் புறப்பட்டான்.

நேற்று தென்திசைப் பாதையில் சென்று வந்ததால் இன்று வேறு திசை நாடுவோம் என்று தோன்றவே கிழக்கைத் தேர்வு செய்தான். கீழைத்திசையில் சிறிது தூரம் சென்றான் மனித நடமாட்டம் அதிகம் இல்லாத அந்தத் தெருவை தூரத்திலிருந்து பார்த்தபொழுது தெருவின் ஓரங்களில் அடசலாக நிறைய மரங்கள் தென்பட்டன 'எப்படி இந்த மரங்கள் புயலுக்குத் தப்பியது?' என்று தனக்குள்ளே கேட்டுக்கொண்டு சற்று முன்னோக்கி விரைந்தான் இங்கொன்றும் அங்கொன்றுமாக செங்கற்கட்டிடங்கள் கண்ணில் பட்டன கட்டிடங்களின் பின்புறமும் மரங்கள்! 'புயலை இந்தத்தெரு புறக்கணித்து விட்டதோ? இல்லை, புயல் இங்கே வர மறுத்துவிட்டதா? எதுவானால் என்ன நமக்குத்தேவை வீடு' என்று எண்ணிக் கொண்டு கட்டிடங்களில் பார்வையைச் செலுத்தினான். அவனின் உள்ளுணர்வு அந்தத்தெருவில் வீடு கிடைக்குமென்று உறுதியளித்தது.

அவளிடம் சொல்லிச்சென்றதுபோல மதிய வேளை வீடு திரும்பினான், படபடவெனத் தன் மகிழ்ச்சியை அவளிடம் வெளிப்படுத்தினான், அவளுக்கும் ஆனந்தம் மனதில் கரைபுரண்டோடியது. எங்கே காலம் தன் ஆசையைப் பொய்யாக்கி விடுமோ என்று எண்ணி வருந்திக் கொண்டிருந்தவள் இப்போது உற்சாகமாக உல்லாச ராகம் இசைத்தாள். 'சரி சரி கிளம்பு ஒவ்வொரு நிமிடமும் பொன்னானது, போனா வராது', என்று அவளை உடனடியாகக் கிளம்பும்படி வற்புறுத்தினான்.

'சரி எவ்வளவு தூரம் போகணும்?' என்று கேட்டவளுக்கு கீழைத்திசையில் அவன் சென்று வந்த தூரத்தை விளக்கினான், தூரத்தை அறிந்துகொண்டபின் 'இது நாம இப்ப இருக்குற

இடத்துக்கு பக்கம் தானே? எப்படி இவ்வளவு நாள் உன் கண்ல படாமல் போச்சு?'

'அதுதான் எனக்கும் புரியல. பக்கத்துல கிடைக்காதுன்னு எதோ நம்பிக்கைல, நான் இன்னிக்குவரை தேடாமல் இருந்திருக்கேன்', அவனின் இந்த வார்த்தைகளைக் கேட்டு 'முட்டாள் முட்டாள்' என்று திட்டவேண்டும்போல இருந்தது அவளுக்கு இருந்தாலும் அடுத்த கணம் அவனின் வெகுளித்தனத்தை ரசித்தவளாய், 'அங்க சூழ்நிலை எப்படி இருக்கு?', என்று வினா தொடுத்தாள்.

'நாம எதிர்பார்க்கிற மாதிரிதான்..' என்று மகிழ்ச்சி பொங்கப் பாடலாய்ப் பாடி பதிலளித்தான்.

இருவரும் அவன் பார்த்துவந்த வீட்டை நோக்கிப் பயணம் புறப்பட்டனர், வீட்டை அடைவதற்குச் சற்று முன் அவளை நிற்கச்சொன்னான், 'ஏன்?' என்றாள், காரணத்தைச் சொன்னான், 'நல்லாக் கேட்டுக்க நான் வெளியிலே இருந்து அந்த வீட்டுக்காரன வம்புக்கிழுக்கறேன், அவன் வெளியில வந்ததும் சண்டை போட்டுக்கிட்டே தூரமாப் போயிடுறேன், அவனும் என்னுடன் சண்டைபோட்டு வெல்லும் மும்முரத்தில் என்னுடன் வந்துடுவான். நீ அந்த நேரம் வீட்டுக்கு உள்ள போய் அங்க இருக்குற அவங்களோட முட்டையில ஒண்ணை கீழே தள்ளிவிட்டுட்டு உன் முட்டையை இட்டுட்டு சத்தமில்லாம நம்ம இடத்துக்குப் போயிடு, கொஞ்ச நேரம் நான் அந்த வீட்டுக்காரன சமாளிச்சுட்டு பிறகு நம்ம இடத்துக்குத் திரும்பிடறேன்'. என்று தன் சோடிக் குயிலிடம் திட்டத்தை விளக்கிவிட்டு காக்கையிடம் வம்பிழுக்கப் பறந்தது ஆண்குயில்.

# அத்தனையும் பச்சை நிறம்

கடற்கரை அலைகள் காவியாவின் கொலுசணிந்த பாதங்களை நனைத்து நனைத்து மகிழ்ந்து களித்துக்கொண்டிருந்தன. காவியாவின் மனதில் எப்பொழுதும் தோன்றும் எண்ணம் மறுபடி நிழலாடியது. இந்தக் கடற்கரைக்கு வரும்நேரமெல்லாம் அந்த நினைப்பு தொடர்ந்துவிடும். என்று அந்த ஆசை நிறைவேறுமோ? என்கிற ஏக்கம் சற்றே தலைதூக்கும். 'இந்த அப்பாவிடம் எத்தனை முறை கேட்டுவிட்டேன் எப்பொழுது கேட்டாலும் ஏதாவது ஒரு பதில், மிகவும் சாமர்த்தியமாக ஒவ்வொரு முறையும் வெவ்வேறு பதில்களைத் தந்துவிடுகிறார், என்னாலும் அதற்கு மேல் பேச முடியவில்லை. அப்படி என்ன கேட்டுவிட்டேன், அதோ தெரியும் கப்பலில் ஏறிப் பயணிக்க வேண்டும் அவ்வளவுதான் இது ஒரு பெரிய சவாலா? என்ன... கரையிலிருந்து கப்பல் வரை நடந்துபோக முடியாது... தெரியும், அதற்குத்தான் கரையில் இங்கொன்றும் அங்கொன்றுமாகக் கட்டுமரங்கள் இருக்கின்றனவே, அதில் ஒன்றைச் செலுத்தி கப்பலை எட்டிவிட்டால் பின்னர் கப்பலில் ஏறிவிடலாம் பிறகென்ன ஆனந்தப் பயணம்தான். என்ன எனக்கு மட்டும் பலமிருந்தால் நானே அந்தக் கட்டுமரத்தில் ஒன்றைத்தள்ளிக் கொண்டு கடலுக்குள் இறங்கிவிடுவேன், எனக்கு அத்தனை பலம்

இல்லாத காரணத்தால்தான் அப்பாவை நாடுகிறேன், அவரும் இன்று வேண்டாம், நாளை என்பார், அடுத்த முறை கேட்டால் பயணச்சீட்டு வாங்க வேண்டுமென்பார், மறுமுறை... கப்பல் தரை தட்டிவிட்டதாம் என்பார் இப்படிப் பல காரணங்கள் சொல்லிக்கொண்டே வருகிறார். இந்த பதில்களை அவர் முன்னமே தயார் செய்து வைத்திருப்பாரோ?', என்று தனக்குள் கூடிவந்த தன் தந்தைமீதான கோபத்தை அணைக்கும் விதமாகக் கடல் நீரைத் தன் இரு கரங்களாலும் அள்ளிப் பருகினாள், உப்பு நாவைத்தாண்டி தொண்டையைத்தொட, க்கு... க்கு... என்று இருமிக்கொண்டு த்து... த்து... எனக் குடித்ததுபோக மீதமிருந்த தண்ணீரை வாயிலிருந்து துப்பினாள். 'ப்ரியா..' என்று அப்பாவின் கோபம் கூடிய குரல் கேட்டதும் சுதாரித்த காவியா, 'ம்... முடிந்தது... இனிப்போகாமல் இருந்தால் ப்ரியா பாவம்', என்று தனக்குள் எண்ணிக்கொண்டு கடல் அலைகளை விட்டுப் பின்வாங்கிப் ப்ரியாவை நாடினாள் காவியா.

கடற்கரை மணலில் சட்... சட்... சட்... என்று குளம்படிச்சத்தம் கிளப்பிக்கொண்டு அங்குமிங்கும் ஓடிய குதிரைகளைப் பார்த்த காவியாவிற்கு குதிரைச்சவாரி செய்ய ஆசை கிளம்பியது, கேட்டால் மட்டும் உடன் ஆசை நிறைவேறிவிடவா போகிறது இருந்தாலும் கேட்டுவைப்போம் என்று தன் தந்தையின் இடது கரத்தைப் பற்றினாள் காவியா, தனது வலது கரத்தை கடலை நோக்கி நீட்டிப் ப்ரியாவிடம் ஏதோ பேசிக்கொண்டிருந்த அப்பா காவியாவை கவனித்தார், காவியாவின் பார்வை அங்கிருந்த குதிரையொன்றின் மீது குதித்துக் கொண்டிருந்ததைப் பார்த்துவிட்டு 'என்ன குதிரைச் சவாரி செய்யணுமா?' என்றார், 'அட அப்பா கனிவுடன் கேட்பதைப்பார்த்தால் இன்று நமக்கு குதிரைச்சவாரி ஆசை நிறைவேறிவிடும் போலிருக்கிறதே', என்று எண்ணிக்கொண்டிருக்கும் அதே வேளை அப்பா அந்தக்

குதிரையின் கடிவாளத்தைப் பற்றிக்கொண்டு குதிரைக்கு அருகில் நின்ற நபரை அணுகி அவரிடம் சில வார்த்தைகள் பேச அடுத்த சில நொடிகளில் காவியா குதிரைமீதமர்ந்திருந்தாள், குதிரையின் மேனியைத் தொட்டுப்பார்த்து அதன் பட்டுத்தன்மையை உணர்ந்தபோது விழிகளை உயர்த்தி அதிசயித்தாள், வலுவான தேகமாக இருப்பதை உணர்ந்து வியப்படைந்தாள். 'இங்கிருந்து பார்க்கும்பொழுது உலகம் கொஞ்சம் தாழ்ந்துவிட்டது', என்று தனக்குள் எண்ணி நகைத்துக்கொண்ட காவியா, குதிரை யோட்டத்தில் ஏற்பட்ட உடற்குலுங்கலை ஏற்கவும் இயலாமல் விலக்கவும் இயலாமல் வம்படியாக அனுபவித்துக் கொண்டிருந்தாள். இதுவரை அவள் உடல் உணர்ந்திராத உணர்வு. வயிற்றுக்குள்ளிருந்து குடல் வாய்வழியே வந்துவிடுமோ என்று ஒரு அச்சம் விழிதிறந்தது. கரையில் நின்று குதிரையைக் கண்டபொழுது அவள் எதிர்பார்த்தது வேறு, சவாரியில் அவள் அனுபவிப்பது வேறு, இருந்தாலும் வந்த அச்சம் ஒரு சில நொடிகளில் விடைபெற்று ஆனந்தமாக மாறியது. குதிரையும், கடற்கரையிலிருந்து அந்த யாரோ ஒருவரின் சிலைவரை சென்று திரும்பிவந்து ஒரு வட்டமாகத் தன் பயணத்தை நிறைவேற்றியது.

குதிரையிடமிருந்து விடைபெற்றதும், காவியா தன் மனதில் எழுந்த ஆசையை அப்பாவிடம் கேட்டுப்பார்த்தால் என்ன என்ற எண்ணத்தில், 'அப்பா நாமும் ஒரு குதிரை வாங்கலாமா?', 'ம்..ம்..' என்று சுரத்தில்லாமல் பதிலளித்ததிலிருந்தே காவியா புரிந்துகொண்டாள் இது நடக்காது என்று, 'அப்படி என்ன கடினமாக இருந்துவிடப்போகிறது, கோழி வளர்ப்பது போல நாய் வளர்ப்பது போல குதிரையும் ஒரு பிராணி, இப்படித்தான் அன்றொருநாள் நாய் வளர்ப்பது எப்படி என்று ப்ரியா கம்பியூட்டரில் தேடிப்பார்த்து அறிந்துகொண்டாள், அதேபோல்

குதிரை வளர்ப்பையும் கம்பியூட்டரில் பார்த்துத் தெரிந்து கொள்ளலாம். நம் வீட்டில் பெரிய தோட்டம் இருக்கிறது குதிரை ஓடவும் உலாவவும் நம் வீட்டுத்தோட்டம் நல்ல வசதியானது மேலும் நானும் அவ்வப்பொழுது விரும்பும் வேளைகளில் நம் தோட்டதிலியேயே குதிரைச்சவாரி செய்யலாம்'. என்று தனக்குள் சிந்தித்துக்கொண்டே மீண்டும் அப்பாவை நோக்கி 'சரியாப்பா?', இந்த முறை அப்பாவின் 'ம்..ம்..' சற்று முரட்டுத்தனமாக இருந்தது கூடவே 'ப்ரியா..' என்ற கூப்பாடு. இது நடக்காது என்று புரிந்துகொண்ட காவியா, 'ப்ரியா மட்டும் நாய் கேட்கலாம் ஆனால் நான் குதிரை கேட்கக்கூடாது, ப்ரியாவிற்கொரு நீதி, எனக்கொரு நீதி, புரியாத அப்பாவிற்கு மகளாய்ப்பிறந்து இன்னும் என்னென்ன சந்திக்கக் காத்திருக்கிறேனோ?' என்று சத்தமில்லாமல் விசனப்பட்டுக் கொண்டாள்.

சட்டென கண்விழித்த காவியாவிற்குத் தான் ஒரு நிலையில்லாத இடத்தில் உறங்கிக்கொண்டிருப்பது புலப்பட்டது நகர்ந்துகொண்டிருக்கும் ஏதோவொன்றில் இருக்கும் தான் கண்விழித்த திசையில் இருள்... வெள்ளை வட்டம்... 'அது என்ன? ஓ நிலா... அப்படியானால் இருட்டிவிட்டதா... அந்தச் சின்னச் சதுர இடைவெளியில் நிலா தெரிகிறதே அப்படியானால் நகர்ந்துகொண்டிருப்பது என்ன? அடடா விமானமா? நான் கேட்டதுபோல அப்பா என்னை விமானத்தில் அழைத்து வருகிறாரா? இது தெரியாமல் உறங்கிவிட்டேனா?' இப்படிப் பல கேள்விகள் மண்ணிலிருந்து விண்ணை நோக்கிப் புறப்பட்ட ராக்கெட்டுகளாய் மனதிலிருந்து புறப்பட்டது , 'போகட்டும் மீதிப் பயணத்தை விழிப்புடன் அனுபவிக்கவேண்டும் என்று எழுந்து அமர்ந்த பொழுது அந்தச் சின்னச் சதுர இடைவெளி சற்றே பெரிதாகியது, நிலா வெளிச்சத்தில் மரங்கள் பின்னோக்கி ஓடிக்கொண்டிருந்தது... ஆகாயத்தில் எப்படி மரம்?! அடடா இது

விமானம் அல்ல ரயில், மீண்டும் ரயிலில் பயணமா?', புறப்பட்ட ராக்கெட்டுகள் செயலிழந்து கடலை நாடியதுபோல அத்தனை கேள்விகளும் பதிலின்றிக் கரைந்தன. 'நான் ஏற்கனவே இந்த அப்பாவிடம் சொல்லியிருக்கிறேன் அடுத்த முறை விமானப் பயணம்தான் போகவேண்டுமென்று ஆனால் சமர்த்தாக நான் உறங்கும்வேளையில் என்னை ரயிலில் அழைத்துவந்து விட்டார்... இருக்கட்டும், இப்போதைக்கு இந்தப் பயணத்தை அனுபவிப்போம்' என்று நன்றாக எழுந்து உட்கார்ந்தாள் காவியா, ஆயா வீட்டுச் சாமியறையில் ஒரு படமிருக்கும் அதில் ஒருவர் தாடிவைத்துக்கொண்டு தலை முடியைக் கொண்டை போட்டுக்கொண்டு இப்படித்தான் அமர்ந்தவண்ணம் கண்களை மூடிக்கொண்டிருப்பார் அதேபோல் அமர்ந்து உறங்கிக் கொண்டிருக்கிறாள் ப்ரியா. 'உறங்குபவளுக்கு எதற்கு சன்னலோரம்?' என்ற கேள்வியெழ, ப்ரியாவைத் தட்டியெழுப்பி நகரச்சொல்லிவிட்டுச் சன்னலோரத்தில் அமர்ந்துகொண்டு நகரும் மரங்களை நிலவொளியில் எண்ணத் துவங்கினாள் காவியா. இரவு நேரம் காற்று சிலுசிலுவென்றிருக்குமே கைகளை வெளியே நீட்டலாமென்று முனைந்த காவியாவின் கரங்களை சன்னலின் கண்ணாடிக் கதவு தடுத்தது. சன்னல் மூடியிருக்கிறது, தான் ஓரத்தில் உட்கார்ந்துவிடுவேன் என்றே கதவை அடைத்து விட்டார்கள் என்ற குட்டிக்கோபத்தின் ஊடே பார்வையை மட்டும் வெளியே செலுத்தினாள். மரங்கள் கடந்துபோனாலும் காவியாவின் எண்ணத்தில் ஏன் விமானத்தில் பயணிக்கவில்லை? என்ற கவலையும் கேள்வியும் அலைமோதியது, அவள் விமானப் பயணம் வேண்டுமென்று சொன்னதற்குக் காரணமிருந்தது. ஒருமுறை இப்படியான ரயில் பயணத்தில் இருக்கையின் இடைவெளிகளில் தூசி படிந்திருப்பதைக் கண்டாள், அவற்றைச் சுத்தம் செய்து தூய்மைப்படுத்த எண்ணியவள் அருந்துவதற்காக

வைத்திருந்த போத்தல் நீரைச் சிறிது சிறிதாகத் தூசி தெரிந்த இடைவெளிகளில் ஊற்ற அந்த நீர் இருக்கையையும் நனைத்தது, தண்ணீரை ஊற்றிய பின்னர் தன் கரங்களால் இங்குமங்கும் தடவிச் சுத்தம் செய்யத்துவங்கினாள், அதுவரை எங்கோ சென்றிருந்த அப்பா திரும்பிவந்து காவியாவின் செய்கையைப்பார்த்து 'ப்ரியா...' என்று குரலெழுப்பினார், சன்னல் வழி வேடிக்கை பார்த்துக்கொண்டிருந்த ப்ரியா அதிர்ந்துபோனாள், ஏன்... அருகாமையில் உடன் அமர்ந்து பயணித்த சக பயணிகளும்கூட ஒரு கணம் ஸ்தம்பித்து அப்பாவைத் திரும்பிப்பார்த்தனர். அப்பாவிடம் பெற்ற பாட்டைப் ப்ரியா, காவியா மீது எதிரொலித்தாள். இப்படிச்சிக்கல் வந்துவிட்டது என்று நவீனிடம் பேசிக்கொண்டிருந்தபோது நவீன்தான் சொல்லியிருந்தான் விமானத்தில் பயணித்தால் இதுபேன்ற தொல்லைகள் நேராது காரணம் விமானத்தை மிகவும் சுத்தமாக வைத்திருப்பார்கள் என்று. நவீனின் மாமாவின் வீடு சிங்கப்பூரில் இருந்தது விடுமுறைக்கு நவீன் அவர்கள் மாமா வீட்டிற்குப் போய் வருவான் அதனால்தான் நவீனுக்கு விமானம் பற்றித்தெரிந்திருந்தது. இப்படியான நினைவுகளில் அடடா மரங்களை எண்ண மறந்துவிட்டோமே என்று மரங்களைத் தேடினாள் கண்ணுக்கெட்டிய தூரம் வரை மரங்கள் தென்படவில்லை ரயில் பாலத்தின்மீது பயணித்துக் கொண்டிருந்தது பாலத்தின் ஓரங்களைப் பார்க்க சற்று பயமாக இருந்ததால் திரும்பிப் ப்ரியாவைப் பார்த்தாள் ஆயா வீட்டு சாமியறைப் படம் மீண்டும் நினைவில் வந்தது. வெளியே நிசப்தமான இரவு தடக் தடக்கென தாலாட்டும் ரயிலோசை... பிரியாவின் மடிமீது சாய்ந்துகொண்டு கண்களை மூடி உறக்கத்தில் ஆழ்ந்தாள் காவியா.

மூடிய விழித்திரைக்குள் பச்சை வண்ணப் பட்டாம்பூச்சிகள் கண்ணாமூச்சி விளையாடின. ஒரு பட்டாம்பூச்சி தன் முதுகில் நட்சத்திரம் ஒன்றைச் சுமந்து மின்னியவண்ணம் பறந்து கொண்டிருந்தது. அதனைக் கண்ட மற்ற பட்டாம்பூச்சிகள் உனக்கெப்படி நட்சத்திரம் கிடைத்ததெனக் கேட்க நட்சத்திரம் சுமந்த பட்டாம்பூச்சி கர்வத்துடன் பதிலளித்தது தனக்கு நிலா என்றொரு நண்பனிருக்கிறான் அவன்தான் கொடுத்தானென்று. இப்போது மற்ற பட்டாம்பூச்சிகள் தங்களுக்கும் நிலவை நண்பனாக்கச்சொல்லி கோரிக்கை விடுத்தன. இந்த நாடகங்கள் நிறைவேறும்பொழுது காவியா கண்விழித்து அத்தனை பச்சைப் பட்டாம்பூச்சிகளையும் காணவில்லையே என்று தேடப் போகிறாள், அப்போதும் அப்பா, 'ப்ரியா..' என்று கோபமாகக் குரலெழுப்பப் போகிறார், அப்பாவி அம்மா ப்ரியாவும், அந்தக் கோபத்தை, மகள் காவியாவின் மீது எதிரொலிக்கப் போகிறாள்ம!

தரைதட்டிய கப்பலைத் தனியொரு ஆளாகப் பயணிக்க வைப்பதும், ஒன்றரை சென்ட் கொல்லைப்புற நிலப்பரப்பில் குதிரையொன்றை அனல்பறக்க ஓடவிடுவதும், மகிழுந்து, பேருந்து, ரயில் போன்ற வாகனங்களில் மட்டுமே கடந்து பயணிக்க வாய்ப்புள்ள தூரங்களை விமானத்தில் பயணித்துக் கடப்பதும், கனவில் தோன்றும் பட்டாம்பூச்சிகளைக் கண் முன் தேடிப் பிடிப்பதும், முப்பத்திரெண்டு வயது அப்பாக்களுக்கு வேண்டுமானால் சாத்தியமற்றுப் போகலாம், ஆனால் மூன்று வயது காவியாக்களுக்கு அவைகள் என்றும் சாத்தியமே!

# மேப்பிள் மனசு

சூரியன் வெளியே வர நாணும் நவம்பர் மாதக் காலை, சான் ஃபிரான்சிஸ்கோ விமான நிலையத்திலிருந்து வெளியேற, வெள்ளை ஹாண்டா சிவிக் ஆயத்தமாகிக் கொண்டிருந்தது, தன்னகத்தே ஐம்பது வயது மதிக்கத்தக்க மேகலாவையும், மேகலாவின் மருமகன் பிரகாஷையும் புகுத்திக்கொண்டு இரண்டுமணி நேரப் பிரயாணமாக ஃபால்சம் நோக்கி விரையத் துவங்கியது. மேகலாவின் இந்த அமெரிக்கப் பயணம் அவளுக்கு விருப்பமில்லாத பயணம். மகளின் வற்புறுத்தலின் பேரில் இன்று இங்கிருக்கிறாள்.

காருக்குள் கதகதப்பு வெளியே குளிர். நவம்பரில் சிவந்திருந்த மேப்பிள் மரங்கள் சாலையை அழகு படுத்தியிருந்தது. அங்கே அந்த மரத்தின் அருகில் நின்று ஒரு இளஞ்சோடி தங்களை செல்ஃபீ எடுத்துக்கொண்டும் கதைத்துக்கொண்டுமிருப்பதை மகிழுந்திலிருந்து மேகலா பார்த்துக்கொண்டே கடந்தாள். இந்த மனிதன்தான் எத்தனை சுயநலக்காரன், மரத்தின் வேதனையைப் புரிந்துகொள்ள மனமில்லாமல் அதனை அழகு என்று ஆராதனை செய்கிறானே? இந்த மரங்கள் என்ன மருதாணி பூசி திருவிழா

கொண்டாடுகின்றனவா அல்லது கோபாவேசத்தில் சிவந்தெழுந்து நிற்கின்றனவா? இரண்டும் இல்லை குளிர் நிறைந்த இந்த மாதத்தில் பகல் நேரத்தின் நீளம் மற்றும் வெப்பநிலை மாற்றங்கள் காரணமாக இலைகள் தங்கள் உணவை உருவாக்கும் செயல்முறையை நிறுத்துகின்றன ஒருவகையில் இலைகள் பசியில் துவளுவதாகவே தோன்றியது மேகலாவிற்கு, பசியால் துவண்டிருக்கும் இலைகளின் சோகத்தை மனிதன் சொர்கமாகக் காண்கிறானே என்று இயற்கையின்பால் கரிசனம் பூத்தாள் மேகலா.

மேகலாவின் நினைவைக் கலைத்தான் பிரகாஷ், 'அத்தை ரொம்ப அமைதியா இருக்கீங்க, வீட்டுக்குப் போனதும் குளிச்சு டிஃபன் சாப்பிட்டுட்டு நல்லா தூங்குங்க ஜெட் லாக் சரியாயிடும், மாமாவும் வந்திருக்கலாம்... ரொம்பப் பிடிவாதமா வரமாட்டேன்னுட்டார்', சொல்லிக்கொண்டே தனது மகிழுந்தை வழியில் தென்பட்ட ஸ்டார்பக்ஸ் நோக்கித்திருப்பி ட்ரைவ் இன் வரிசையில் நின்றிருந்த வாகனங்களுடன் வரிசையில் நிறுத்தினான். 'அத்தை, ஒரு ரெண்டு நிமிடம், எனக்குத் தெரியும் உங்களுக்கு இங்க எதுவும் பிடிக்காது அதான் பிரேமி காஃபி போட்டு ஃபிளாஸ்க்ல கொடுத்துட்டா', ஃபிளாஸ்கை மேகலாவிடம் நீட்டினான், 'எனக்கு ஒரு மோக்கா மட்டும் வாங்கிட்டு கிளம்பிடுவோம், வீட்டுல பிரேமி டிபன் ரெடி பண்ணியிருப்பாள், ஆனா எனக்கு நேரம் இல்ல, உங்கள வீட்டுல விட்டுட்டு அப்படியே ஆஃபீஸ் கெளம்பணும்'. 'பிரேமி டிஃபன் ரெடி பண்ணியிருப்பாள்' அப்படியென்ன செய்துவிடப் போகிறாள்? ஊற்றிய முட்டையையும் ஒருபக்கம் வேகாத ரொட்டியையும் மேகலாவின் மனத்திரை பிளாஷ்பேக் போட்டுக்

காண்பித்தது. மேகலாவின் கண்கள் வரிசையில் நின்றிருந்த வாகனங்களின் மீது படர்ந்தது, இந்த ஸ்டார்பக்ஸ் வாசலில் காலையில் வாகனங்களைப் பார்க்கும்பொழுதெல்லாம் மேகலாவுக்கு வழக்கமாக ஒரு கேள்வி எழும், இப்பொழுதும் எழுந்தது, பால் என்று சொல்லப்பட்டு எதோ ஒரு திரவத்தினில் காஃபி என்ற பெயரில் எதையோ அவர்கள் கலந்து கொடுக்க அதையும் குளிர் வெயிலென்று பாராமல் வாகனங்களில் தவமிருந்து வாங்கிச்செல்லும் இந்த மனிதர்கள், மாடுகளைக் குளிப்பாட்டி மடியில் பால்கறந்து மணக்க மணக்கப் போடும் காஃபியை என்னவென்று சொல்வார்கள்?

சன்னலோரமாக நடந்துசெல்லும் அந்தக் கிழவர் மேகலாவின் எண்ண அலைகளைத் தன்வசமாக்கினார். அவர் தலைக்கு அணிந்திருந்த தொப்பிக்குக் கட்டுப்பட மாட்டேன் என பறந்துகொண்டிருந்தது பரட்டைத் தலைமுடி, வெள்ளைக் கன்னங்களில் செம்பட்டைத் தாடியும் தாடியைத் தொட்டுத்தொங்கும் மீசையும் சவரக்கத்திகண்டு பலவாரங்கள் ஆனதை உணர்த்தியது. கொஞ்சம் இளைத்த உடல், நிறைய நாள்கள் படிந்த சாலையோரத்துத் தூசி அவரின் உடை நிறத்தை சுமார் கருப்பு நிறத்திற்கு மாற்றியிருந்தது, தோளில் அவர் சுமந்திருந்த பை சற்று பருமனாக இருந்தது உள்ளே மாற்று உடை வைத்திருப்பாரோ? இல்லை தான் உடுத்தியிருக்கும் அழுக்கைவிடவும் மிகையான அழுக்கைச் சுமந்திருப்பாரோ? அவர் தன் இடது கரத்தில் ஓரடிக்கு ஓரடி அளவிலான அட்டைப் பேட்டியின் ஒரு பக்கத்து அட்டையைப் பதாகைபோல் ஆக்கிப் பிடித்திருந்தார் அதில் 'ஹோம்லெஸ்!!! ப்ளீஸ் ஹெல்ப்!!! காட் ப்ளேஸ்!!! என்ற ஆங்கில வாசகங்கள் அவரை வீடில்லாதவர்

என்று பறைசாற்றிக்கொண்டும் மனித மனத்தின் ஈரத்தைச் சோதிப்பதாகவும் காட்சியளித்தது. அங்கே அந்தக் மகிழுந்தில் ஓட்டுநர் இருக்கையில் இருக்கும் ஒருவர் இடது பக்கக் கண்ணாடியை இறக்கித் தனது இடது கரத்தால் ஏதோ நீட்டுகிறார் அந்தக் கிழவரும் பெற்றுக்கொள்கிறார். என்ன, ஒன்றிரண்டு டாலர்களாக இருக்கும், இன்னும் ஒன்றிரண்டு வாகனங்களைக் கடக்கும் முன் ஒருவேளை அவருக்கு ஒரு வேளை காஃபி குடிக்க தேவையான காசு கிடைக்கக்கூடும். அவருக்கும் தனக்கும் பெரிய வித்தியாசம் ஒன்றுமில்லை என்று தோன்றியது மேகலாவிற்கு, அவர் கிடைக்குமிடத்தில் தங்கவேண்டும் கிடைப்பதை உண்ணவேண்டும். தனக்கு வீடு இருந்தாலும் தானும் விரும்பிய இடத்தில இருக்க முடியாது இதோ உதாரணத்திற்கு இப்பொழுது அமெரிக்கா, பிரேமிக்குத் தேவைப்படும்பொழுதெல்லாம் ஆண்டிற்கு ஒரு முறையோ இருமுறையோ இங்கே வந்து போக வேண்டும், மகள் சொல்லுக்கு இணங்கவேண்டும். பிரகாஷும் மாமியாரின் மீது பாசமிருப்பதுபோல பிரேமியோடு சேர்ந்து நாடகமாடிவிடுவான் என்பது மேகலா நன்கறிந்தவொன்று. பிடிக்காமல் ஓரிரு மாதங்களைக் கடத்துவது என்பது காற்றடிக்கும் திசைக்கு எதிர்த்திசையில் பலம்கொண்ட மட்டும் கடலுக்குள் துடுப்புப் போட்டுப் படகைச் செலுத்துவதற்குச் சமம் அதனால் இந்தமுறை எதிர்த்திசையில் துடுப்புப் போடத் தயாராக இல்லை என்று திட்டவட்டமாகச் சொல்லிவிட்டார் மேகலாவின் கணவரும் பிரகாஷின் மாமனாருமான சந்திரன்.

தனது முறை வந்ததும் மோக்காவை ஆர்டர் செய்துவிட்டு டெலிவரி விண்டோ நோக்கிக் மகிழுந்தை நகர்த்தினான் பிரகாஷ். காஃபியை வாங்கித் தனது இருக்கைக்கு அருகில் கப் ஹோல்டரில்

வைக்க, ஸ்டார்பக்ஸ் வளாகத்தை விட்டு வெள்ளை ஹாண்டா தனது ஃபால்சம் பயணத்தைத் தொடர வெளியேறியது. அந்த ஹோம்லெஸ் கிழவர் இப்போது கையில் ஸ்டார்பக்ஸ் குவளையோடு அங்கே பாதையோரமாக அமர்ந்திருந்தார்.

சாலையோரத்து மரங்கள் பச்சை மஞ்சள் பிரவுன் என்ற நிறங்களில் இலைகள் தாங்கி வரிசையாக அணிவகுத்து நின்றிருந்தது என்னவோ முக்கியப் புள்ளியை வரவேற்கும் ராணுவ அணிவகுப்புப்போலக் காட்சிதந்தாலும் தானொன்றும் அத்தனை முக்கியமானவள் அல்ல நீங்கள் உங்கள் வேலையைப் பார்க்கலாம் என்பதுபோல அந்த மரங்களின்மீது பதித்துக் கடந்துகொண்டிருந்தது மேகலாவின் பார்வை. இருபுறமும் அடர்ந்த கானகத்தின் இடையில் நீண்ட தார்ச்சாலையில் நிதானமாகப் பயணித்துக்கொண்டிருந்தது பிரகாஷின் மகிழுந்து. பயணத்தின் மௌனத்தைக் கரைக்க 'செவ்வந்திப் பூவெடுத்தேன்...' எனப் பழனிபாரதியின் பாடலை பி. சுசீலா, சிற்பியின் இசையில் வசீகரித்துக்கொண்டிருந்தார். இளம் சூரியனை அவ்வப்பொழுது கடந்துகொண்டிருந்த மேகப் பஞ்சுகள் குட்டிக்குட்டியாகப் பழைய நிகழ்வுகளை மேகலாவின் மனதில் மீட்டுக் கொடுத்து மிதந்துகொண்டிருந்தன. அன்று அந்த பூச்செடியை மான் மேய்ந்து விட்டுச் சென்றுவிட்டதென எத்தனை கோபத்தைக் கொட்டினாள், தாய் என்றுகூடப் பாராமல் எத்தனை வசவு... மான்கள் அங்கே இருள்சூழ்ந்த மாலையில் வரும் என்று சொல்லக் கேட்டதுண்டு ஆனால் மேகலாவோ ஒருமுறைகூட மான்கள் அவர்கள் வீட்டு வாசலுக்கு வந்து பார்த்ததில்லை. 'நான்தான் காரிலிருந்து இறங்கியதும் அந்தப் பூத்தொட்டியை வெளியில் தரையில வச்சுட்டு கதவு திறக்க வந்துவிட்டேன் அதன்பிறகு அப்படியே மறந்துட்டேன், நீ சும்மாதானே என்

பின்னால வந்த... ஞாபகமா தொட்டியை வீட்டுக்குள்ள கொண்டு வந்திருக்கலாமில்ல? எல்லாம் போக காலைலதான் எனக்கு ஞாபகம் வந்தது வெளியில பொய் பார்த்தா தொட்டி இருக்குது செடியக் காணோம், அட போம்மா...', என்று பிரேமி தொடுத்த வசவுச் சொற்களைத்தாங்கிக்கொண்டு மேகலா எப்படி மௌனமாகக் கடந்தாள் என்பது அந்த மேகத்திற்குப் புரியும். ஆனால் முடியாது இந்தமுறை பிரேமி என்ன பேசினாலும் எதிர்த்துப் பேசிவிடவேண்டும், 'நான் அவளுக்குத்தாயா... இல்லை அவள் எனக்குத்தாயா?' என்று மனம் கொதித்தெழுந்து அடங்கியது.

மகிழுந்தில் இப்போது இளையராஜா 'கல்யாண மாலை கொண்டாடும் பெண்ணே...' பாடிக்கொண்டிருந்தார், பாடல் சன்னமாக ஒலித்துக்கொண்டிருந்தது மேகலாவின் மனது பாடலில் லயிக்கவில்லை எனினும் அவளையும் அறியாமல் பாடல் வரிகள் அவள் காதுகளில் புகுந்து அந்த கல்யாண நாள் நிகழ்ச்சியை நினைவு கூர்ந்தது. அது பிரேமியின் தோழி நளினியின் திருமணம் முதல் ஆண்டு நிறைவு விழா. திருமணம் இந்தியாவில் நடந்தேறியதால் அமெரிக்காவில் அந்த நேரத்தில் அழைப்பு நிகழ்வு ஏற்பாடு செய்யவில்லை ஆதலால் முதல் ஆண்டு நிறைவு விழாவை தனது நட்புறவுகளை அழைத்து வீட்டிலேயே விமரிசையாகக் கொண்டாடினாள் நளினி. அந்தக் கூடிமகிழும் விழாவிற்குத் தனது தோழியின் தாயார் எனும் முறையில் மேகலாவையும் அழைத்திருந்தாள் நளினி. அந்த விழா வீட்டில்தான் தனக்கு எத்தனை அவமரியாதையை ஏற்படுத்திவிட்டாள் பிரேமி?! வந்தவர்கள் எல்லோரும் சின்னச்சின்னக் குழுவாக மகிழ்ந்து சிரித்து பேசிக் கொண்டிருக்கும் வேளை நாவறட்சியால் நீர் அருந்தவேண்டி மேகலா

சமையலறைப் பக்கம் சென்றுபார்த்தாள் குளிர்சாதனப் பெட்டியிலிருந்து குளிர்ந்தநீரை நேரிடையாகப் பிடித்து அருந்தும் பழக்கம் மேகலாவிற்குத் தெரிந்திருந்த காரணத்தால் அக்கம்பக்கத்தில் ஒரு குவளையைமட்டும் தேடினாள் அருகில் ஒரு மேசையில் பழரசம் நிறைத்த புட்டிகளும் சில காகிதக் குவளைகளும் இருப்பதைக் கண்டாள். அதிலிருந்து ஒரு குவளையை எடுத்து குளிர்சாதனப் பெட்டியிலிருந்து நீரைப் பிடித்து அருந்தி முடித்ததுதான் தாமதம், அருகில் வந்த ஒரு சிறுமி, 'ஏய்..ஆன்டி என் கப்பை யூஸ் பண்ணிட்டாங்க' என்று தன் குரலை உயர்த்த, இதைக் கேட்டு அதிர்ந்து என்னவோ எதோ என்று ஒரு சிறு கூட்டம் அங்கு கூடிவிட, தான் செய்வதறியாது விழித்துக் கொண்டிருந்தாள் மேகலா, கூட்டத்திலிருந்து வெளிப்பட்டு தாயின் அருகில் வந்த பிரேமி, 'ஏம்மா கப்பில் பேர் எழுதியிருக்கிறதுகூட தெரியாதா? படிக்கத்தெரியாத தற்குறியா நீ?' என்று அத்தனைபேர் மத்தியிலும் பகிரங்கமாகக் கேட்க, தனது சுயகௌரவம் அங்கு கூடியிருந்த அத்தனை பார்வைகளாலும் பறிக்கப்படுவதை ஏற்றுக்கொள்ள முடியாத மேகலாவின் கண்கள் பனித்தன. தன் கையில் இருந்த பேப்பர் குவளையைத் திருப்பிப் பார்த்தாள் நீல மார்க்கர் பேனாவால் ஆங்கிலத்தில் 'நேஹா' என்று எழுதியிருந்த பெயரை அப்பொழுதான் உணர்ந்தாள். பின்னர் அந்த மேசையைப் பார்க்கும்பொழுது அத்தனை குவளைகளிலும் பெயர்கள் எழுதப்பட்டிருப்பது மேகலாவின் கண்களுக்குப் புலப்பட்டது. சிறுமியைச் சமாதனப் படுத்தி வேறு குவளையை கொடுத்துவிட்டு தன் தாயிடம் திரும்பிய பிரேமி, 'அம்மா தெரியாத இடத்துல நீபாட்டுக்கு எதையாவது பண்ணி வைக்காத, ஏதாவது வேணும்னா என்னைக்கேளு, இப்படி என் மானத்தை வாங்காதே'

என்று எச்சரிக்கும் தொனியில் சொல்லிவிட்டு நகர்ந்தாள். கலங்கிய கண்களுடன் கட்டாய புன்னகை வரவழைத்து அந்தக் கூட்டத்திலிருந்து நகர்ந்ததை நினைத்தபொழுது இப்பொழுதும் மேனி புல்லரித்தது மேகலாவிற்கு. இந்தமுறை அதுபோல் பிரேமி பேச முனைந்தால் 'வாயை மூடு நீ ஒண்ணும் எனக்கு அறிவுரை சொல்லவேண்டாம்' என்று அவள் வாயை அடைக்க வேண்டும். 'அவள் எனக்குப் பிறந்தாளா.... நான் அவளுக்குப் பிறந்தேனா?' என்று தனக்குள் சூளுரைத்துக்கொண்டாள் மேகலா. இளையராஜா 'ஒரு கணம் ஒரு யுகமாக...' என்று தொடர மகிழுந்து ஒரு சிறு மலைப் பகுதியைக் கடந்துகொண்டிருந்தது.

காடுகள் மலைகள் நதிகளையெல்லாம் தாண்டி விரைந்து கொண்டிருந்த மகிழுந்து தற்காலிமாக ஒரு சிறிய டவுன் போன்ற பகுதியை அடைய அங்கே இருந்த சாலைவிதிப் பதாகை 'இது பள்ளிக்கூடப் பகுதி, காலை பள்ளிக்கூட நேரம்' என்று விதியைச் சொல்ல சாலைவிதிக்குக் கட்டுப்பட்டு வேகமாகச் செலுத்திவந்த மகிழுந்தை இருபத்தைந்து மைல் வேகத்திற்குக் குறைத்து மெதுவாகச் செலுத்தினான். ஆங்காங்கே சாலையோரத்தில் சிறுவர் சிறுமியர் தனியாகவும் உடன் பெற்றோர் மற்றோருடனும் புத்தகப் பைகள் சகிதமாக நடந்து சென்றுகொண்டிருந்தனர். புள்ளினங்கள் கூடுதாண்டிப் பறக்கும் வேளை, பிள்ளைகள் வீடுதாண்டிப் புறப்படும் காலை, புள்ளினங்களின் தேடல் உணவு, பிள்ளைகளின் தேடல் அறிவு. மேகலாவிற்கு அந்த மழலைகளைப் பார்க்கும்பொழுது பறவைகளாகத்தான் தெரிந்தார்கள், பறவைகளில் பல நிறம், இந்தப் பச்சிளம் பிள்ளைகளின் தோல்நிறங்களிலும் கருப்பு, சிவப்பு, மாநிறம் என்று பல நிறங்கள், இருந்தாலும் ஒற்றுமையாகப் பேசிச்சிரித்துக் கடந்தனர்.

சிறுமிகளில் சிலர் தலை பின்னியிருந்தனர் சிலர் வகிடெடுத்து இரண்டு குதிரைவல்கள் போட்டிருந்தனர், அந்தக் குழந்தை சற்று வித்தியாசமாக தலையில் குட்டிக் குட்டியாக ஏகப்பட்ட சடைகால்கள் பின்னியிருந்தாள், சற்று தள்ளி அங்கொரு சிறுமி தன்தலைமுடிக்கு சுதந்திரம் கொடுத்திருந்தாள். 'பிரேமிக்கும் என்றாவது ஒருநாள் குழந்தையொன்று பிறந்து வளரும்பொழுது இப்படிப் பள்ளிக்குச் செல்லும் நாள்களில் தன்னை இங்கு வரச்சொல்லுவாள் அந்தக் குழந்தையை கவனிக்கும் பொறுப்பையும் தன்னிடமே தள்ளிவிடுவாள் மேற்கொண்டு அது சரியில்லை இது முறையில்லை என்று தனக்கே பாடம் எடுப்பாள் முடியாது அப்படியொரு நாள் வரும்பொழுது திட்டவட்டமாக வரமுடியாது என்று சொல்லி ஊரிலேயே இருந்துவிட வேண்டியதுதான். எனக்கு ஒரு பயமும் இல்லை, என்னை அவள் பெற்றாளா.... நான் அவளைப் பெற்றேனா? மனம் மீண்டுமொருமுறை விண்ணைத்தொட்டுத் திரும்பியது..

பள்ளிக்கூடப் பகுதியைக் கடந்ததும் மகிழுந்து தனது பழையவேகத்தை எட்டிக்கொண்டிருந்தது. கோவையில் தன் கணவனோடு இருக்கும் நாள்கள்தான் எத்தனை ஆனந்தம். தனக்கும் அவருக்குமான சின்னச்சின்ன வேலைகளைச் செய்துகொண்டு முடிந்ததை முடிந்த நேரத்தில் சமைத்து உண்டு வீண்பொழுதாகாமல் விபரம் அறிந்துகொள்ளப் புத்தகங்கள் படித்துக்கொண்டு முப்பொழுதும் இறைவனை தியானித்துக் கொண்டு மாலை நேரங்களில் நல்ல காற்றை சுவாசித்து நறுமண மலர்கள் பூத்த பூங்காக்களில் நடை பயில்வது என வரமாக நாள்கள் பறந்துபோகும். அதற்கு நேரெதிர்ப் போராட்டமாக அமெரிக்காவில் மகள் வீட்டில் நாள்களைக் கடத்தவேண்டும்.

மகளின் ஆடம்பரம் மகளுக்கானது மகளாகிப்போன காரணத்தால் அந்த ஆடம்பர அனலில் அவ்வப்போது வந்து வெந்து திரும்புவது வலிமிகுந்தது. தான் இங்கிருக்கும் நாள்களெல்லாம் சமையலறைக்குச் சொந்தக்காரியாகத்தான் செயல்படவேண்டியிருக்கும். தான் இல்லாதபொழுது மகள் சமைப்பாளா இல்லையா என்ற கேள்வி மேகலா மனத்தில் எப்போதும் இருக்கும். சமையல் பாத்திரங்கள் கழுவி எடுக்க டிஷ் வாஷர் இருந்தாலும் பாத்திரங்களை டிஷ் வாஷரில் இடும்முன் ஒருமுறை தண்ணீரில் மேலோட்டமாகச் சுத்தம் செய்துவிட்டு இடவேண்டும் அப்படிச் செய்தபோதும் சில பாத்திரங்கள் சரியாகச் சுத்தமாகாமல் இருக்கும் இந்தக்காரணங்களால் டிஷ் வாஷரை முழுவதுமாக நிராகரித்திருந்தாள் பிரேமி. சில நேரங்களில் பாத்திரங்கள் நிறைந்துவிட மகள் உதவிக்கு வருகிறாளா என்று பார்த்துக்கொண்டிருப்பாள், பொறுமை யிழந்துபோவாள், ச்செய்... இப்படியொரு இரக்கமற்றவளையா நான் பெற்றேன் என்று தன் வயிற்றைத் தானே நொந்துகொள்வாள். வாயிலிருக்கும் வார்த்தைதானே இந்தமுறை நானொரு வேலை செய்தால் நீயொரு வேலை செய் எனக் கட்டளை இடவேண்டும் என்ற சிந்தனையோட்டத்தைச் செதுக்கிக்கொண்டிருந்த மேகலாவிடம், ‘அத்தை இன்னும் அஞ்சே நிமிடம்ம உங்க மகளைப் பார்க்கத் தயாராகுங்க’, என்று புன்னகைதான் பிரகாஷ்.

அந்த நூற்றி இருப்பது வீடுகள் கொண்ட அபார்ட்மெண்ட் வாயில் கதவு பிரகாஷின் வெள்ளை ஹாண்டாவிற்கு தனது எல்லைக் கதவைத் திறந்து வழிவிட்டது. சுமார் நூறடி தூரம் ஐந்து மைல் வேகத்தினும் குறைவாக மெதுவாக மகிழுந்தைச் செலுத்தினான் பிரகாஷ். சிவப்பு மஞ்சள் இளஞ்சிவப்பு என

ஓரங்களில் வரிசையாக ரோஜாச்செடிகள் நிறைந்திருந்த அப்பகுதியில் தனது வீட்டு எண் எழுதப்பட்டிருந்த மகிழுந்து நிறுத்துமிடத்தில் ஹாண்டாவை நிறுத்தி இறங்கினான். பின்பக்கமாக வந்து அத்தை இறங்குங்க என்று பின்கதவைத் திறந்தான். மெல்ல இறங்கிய மேகலாவின் கரங்களையும் கன்னங்களையும் ஃபால்சம் பனிக்காற்று கொஞ்சமாகத் தீண்டிப் பார்த்தது. 'நீங்க மேல படியில ஏறுங்க அத்தை நான் பேக்கை எடுத்துட்டு வரேன்', என்று முதல்மாடியிலிருந்த தன் வீட்டிற்கு மேகலாவைப் போகச்சொன்னான் பிரகாஷ். பலவிதமான மனக்குமுறல்களோடு படியேறினாள் மேகலா. மாடிப்படி அருகில் நின்ற மேப்பிள் மரம் இன்னொரு துளிர்ப்பிற்கு ஆயத்தமாக இலைகளை உதிர்த்து நின்றது.

அழைப்புமணி ஓசை கேட்டு மெல்ல நடந்துவந்த பிரேமி கதவருகே இருக்கும் சன்னல் வழி எட்டிப்பார்த்தாள், 'அம்மா...' என்று ஆரவாரமாகவும் மெதுவாகவும் நடந்துவந்து கதவைத்திருந்தாள். திறந்த கதவின் உள்ளே நின்ற பிரேமியின் நிலை மேகலா சற்றும் எதிர்பார்க்காத ஒன்று, அந்த நிலையில் மகளைப் பார்த்த அடுத்த நொடி மேகலாவின் கண்கள் குளமாக... குரல் தழுதழுக்க... இத்தனை நேரம் தனக்குள் உழன்று கொண்டிருந்த அத்தனை மனக்குமுறல்களையும் கடந்த ஒரு நொடி அபகரித்துக்கொண்டு ஓடிவிட..., 'பிரேமி, ஏண்டா கண்ணு ஒரு வார்த்தை கூட சொல்லல, இத்தனை நாள் நீயா தனியா எப்படி சமாளிச்ச? நான் வந்துட்டேன் இனி நீ உட்கார்ந்த இடத்த விட்டு எழக்கூடாது', என்று வீட்டினுள் நுழைந்த மேகலா மகளைக் கட்டியணைக்க முயற்சி செய்து பின் முடியாமல் சற்றே நெஞ்சோடு தலைசாய்த்து சற்றே பெரிதாகியிருந்த மகளின் குட்டி வயிற்றைத் தடவி வாழ்த்தினாள், தாயின் நெஞ்சத்தில் தஞ்சம் புகுந்த பிரேமி,

'உனக்கு ஒரு சர்ப்ரைஸ் கொடுக்கத்தான் முன்னால சொல்லல' என்று கண்ணடித்தாள். அத்தையையும் மனைவியையும் கடந்து வீட்டினுள் வந்து, அத்தையின் பயணப் பையை அறைக்குள் வைத்துவிட்டு, அன்னைக்கும் மகளுக்குமான அந்த ஆனந்த நொடிகளைத் தொந்திரவு செய்ய மனமில்லாமல் மெதுவாக வெளியேறி அலுவலக அழைப்பைத் தொலைபேசியில் அணுகிக்கொண்டே விடுவிடுவெனப் படியிறங்கினான் பிரகாஷ். விழிகள் தாண்டிய நீரை விரல்கள் கொண்டு துடைக்க மறந்து மகளுக்கு ஆதரவாக அவளின் கன்னங்களை வருடிக்கொண்டிருந்தாள் அன்னை மேகலா.

# எப்படி வருவார் சாண்டா?

பிரகாஷ் வீட்டினுள் நுழைந்ததுமே வசந்த் ஆரவாரமாகக் கேட்டான், ‘அப்பா நான் சாண்டா கிட்ட கார் கேட்டிருக்கேன் இன்னைக்கு நைட் அவர் எனக்கு கொண்டுவந்து கொடுப்பார் தானே?’

சட்டென ஞாபகம் வந்தது பிரகாஷிற்கு, ‘அடடா இன்று டிசம்பர் 24, ஒருவாரமாக நினைவிலிருந்து தப்பிக் கொண்டிருக்கிறது பரிசுப்பொருள் வாங்கும் வேலை, இன்று மாலை அலுவல் முடித்துத் திரும்பும்பொழுது அவசியம் வசந்த்திற்காக ஒரு பரிசுப்பொருள் வாங்கி அதை மறைத்து வைக்க வேண்டும் என்றிருந்தேன், இன்றும் மறந்துவிட்டேனே’, என்று வருத்தம் கொண்டவன் வசந்த்திடம், ‘யெஸ் டியர், நீ கேட்டதை சாண்டா நிச்சயம் தருவார்.’

‘என்னங்க நான் சொன்ன மாதிரி ஒளிச்சு வச்சுட்டீங்கள்ல?’ என்று வசந்த் அறியாவண்ணம் ட்ராயிங் அறையில் இருந்து வெளியில் வந்துகொண்டே கேட்டாள் ப்ரேமி.

‘ம்… வச்சுட்டேன்.’ என்று தடுமாற்றமாக பதிலளித்தான் ப்ரகாஷ்.

‘என்ன தடுமாறுறீங்க’, என்று சற்று குரலை உயர்த்தினாள் ப்ரேமி.

‘ஷ்... சத்தம் போடாத நான் இன்னைக்கும் மறந்துட்டேன்.’

‘அட என்னங்க, பாவம் பிள்ளை ரொம்ப நம்பிக்கையோட இருக்கான்.’

‘ம்...’ என்று யோசித்துக்கொண்டே குளிர்ச்சட்டையைக் கழற்றியவன் மீண்டும் அணிந்துகொண்டு சாளரத்தின் கண்ணாடிக் கதவின் வழியே பார்வையை வீசினான் பனி விழுந்து, சாலை, மரங்கள், நடைபாதை, நிறுத்தி வைத்திருந்த கார்கள் என எல்லாமே பனிப் போர்வை போர்த்தியிருந்தன. மேலும் வானத்து தேவதைகள் ஆசி கூறி அரிசி தூவுவது போல பனிப்பொழிவு தொடர்ந்தவண்ணமே இருந்தது. விளக்குகள் தேவை இல்லை என்று வீதிகள் முழுவதும் பிரகாசமாக இருந்தது. பவுர்ணமி வெளிச்சத்தைவிடப் பலமான இந்தப் பனி வெளிச்சம் அதிசயமானது.

‘என்னங்க பார்க்கறீங்க, இப்ப எங்க போய் என்ன வாங்குவீங்க சிறுஸ்துமஸ் ஈவ் எல்லாக் கடைகளும் அடைச்சிருக்கும் மணியும் ஒன்பதுக்கு மேல ஆயிடுச்சு.’

‘ம்... ’ என்று சிந்தனையில் ஆழ்ந்தான் ப்ரகாஷ்.

‘அப்பா, இன்னைக்கு சாண்டா குடுக்கற கார் சேர்த்தா என்கிட்டே பதினோரு கார் இருக்கும், எனக்கு ரேஸிங் விளையாட நிறைய கார் இருக்குமே’, என்று மிகுந்த நம்பிக்கையில் கூறினான் மழலை வசந்த்.

‘ஆமா டார்லிங், ரேஸிங் விளையாடும்போது ஒரு காரோட இன்னொரு கார் மோதாம விளையாடனும் சரியா?’

‘ஓகே அப்பா’, என்று அப்பாவின் அறிவுரையை ஆமோதித்துக்கொண்டு பழைய கார்களை மீண்டும் எண்ணிப்பார்க்க ஓடினான் வசந்த்.

‘என்னதான் ஆஃபீஸ் வேலை இருந்தாலும், வீடு, குழந்தை இதெல்லாம் ஞாபகத்தில இருக்கணுங்க’, மகனின் மனம் ஏமாற்றத்தில் துவண்டுவிடுமே என்கிற ஆதங்கத்தில் அம்மா ப்ரேமி மென்மையாகக் கடிந்துகொண்டாள்.

‘நான் என்ன வேணும்னா மறக்குறேன்?’ என்று தன் இயலாமையை பதில் கோபமாக வெளிப்படுத்தினான் ப்ரகாஷ்.

இதற்கு மேல் பேசிப் பயனில்லை என்று உணர்ந்தவள் உணவு மேசை நோக்கி நகர்ந்தாள்.

‘அம்மா... சாண்டா என்ன கலர் கார் தருவார்?’ என்று அம்மாவிடம் கேட்கும் ஆசையில் தன் நம்பிக்கைச் செடிக்கு மேலும் நீருற்றினான் வசந்த்.

‘ம்... சாண்டா எனக்கு பிரென்ட் இல்லடா, அப்பாவுக்குதான் அவர் ரொம்ப க்ளோஸ் பிரென்ட், அதுனால உங்க அப்பாவுக்கு தான் அதெல்லாம் தெரியும்.’ என்று வசந்த்தின் கேள்விக்கு பதில் கூற இயலாமல் கணவனைக் கை காட்டித் தன்னை விடுவித்துக்கொண்டாள் ப்ரேமி.

‘என்கிட்டே க்ரீன் கலர் இருக்கு, கார்ஸ் படத்தில வர்றமாதிரி ரெட் இருக்கு, ப்ளூவும் இருக்கு அப்ப நான் ஒயிட் கார் தான் கேட்கப் போறேன்.’ என்று மழலையில் மொழிந்துகொண்டே வரவேற்பறையில் விளக்குகள் அலங்கரித்த கிறிஸ்த்மஸ் மரத்தின் அருகே ஓடிச்சென்றான் வசந்த். மரத்தின் முன் நின்று கண்களை மூடி இரண்டு கைகளையும் குவித்துக்கொண்டு தன் மொழியில் முணுமுணுத்து சாண்டாவிடம் வெள்ளைக் காரை விண்ணப்பித்துக் கொண்டிருந்தான்.

‘என்னங்க சாப்பிட வறீங்களா?’, உணவு மேசையில் பலகாரங்களை அடுக்கிக்கொண்டே குரல் கொடுத்தாள் ப்ரேமி.

மகனின் ஆசையை எப்படிப் பூர்த்தி செய்வதென்று சிந்தனையிலேயே இங்குமங்கும் மெல்லநடை போட்டுக் கொண்டிருந்த ப்ரகாஷ், ‘ம்... வரேன்.’ என்று ப்ரேமிக்கு பதிலளித்தான்.

உணவருந்த அம்மா அழைத்தும் தனது பத்துக் கார்களையும் உணவு மேசையில் ஒன்றன் பின் ஒன்றாக அடுக்கிய பின்னரே உணவு உட்கொள்ள வந்தான் வசந்த், ‘நாளைக்கு இதுல ஒன் மோர் கார் ஆட் ஆகியிருக்குமே’ என்று கூறிக்கொண்டே அம்மா ஊட்ட ஆ சொன்னான் வசந்த்.

உணவு மேசையில் அமர்ந்த ப்ரகாஷின் மனதை ‘சுரீர்’ எனத் தைத்தது வசந்த்தின் வார்த்தைகள். இத்தனை நம்பிக்கையையும் தான் தகர்க்கப் போகிறேனா? என்று ஒருகணம் ப்ரகாஷின் உள்மனம் ஆதங்கக் கொடி உயர்த்தியது.

உணவருந்தி முடித்ததும் ‘அம்மா குக்கீஸ் குடுங்க... ட்ரீ கிட்ட வைக்கணும்... சாண்டாவுக்கு...’ என்று வசந்த் கேட்க ப்ரேமி சமையலறை அலமாரியைத்திறந்து நான்கு ரொட்டிகளை எடுத்து வசந்த்திடம் கொடுத்தாள். வாங்கிக்கொண்டு விடுவிடுவென மரத்தை நோக்கி ஓடினான் வசந்த். மரத்தின் அருகே விளக்கொளி விழும் இடத்தில் ரொட்டிகளை அடுக்கிவிட்டு திடீரென ஞாபகம் வந்தவனாய் மீண்டும் தாயிடம் ஓடிவந்து, ‘அம்மா கப்ல மில்க் வேணும்’ என்று கேட்டான். ஆண்டிற்கு ஒருமுறைதான் இது வாடிக்கை என்றாலும் எப்படி இந்த சின்ன வயதில் வழக்கம் மாறாமல் ஞாபகம் வைத்திருக்கிறான் மகன் என்று ப்ரேமிக்கு தன் மகன் மீது அன்பு பீறிட, ‘எப்படிடா இதெல்லாம் மறக்காம ஞாபகம் வச்சிருக்க’, என்று வசந்த்தை அள்ளிக் கொஞ்சினாள்.

'ம்... விடுங்கம்மா, நான் அரேஞ்ச் பண்ணனும்' என்று தன்னைத் தாயிடமிருந்து கட்டாயமாக விடுவித்துக்கொண்டு மரத்தை நோக்கி மீண்டும் ஓடினான் வசந்த்.

இரவு படுக்கையிலும் ஒரே சிந்தனை ப்ரகாஷிற்கு, 'பிஞ்சு மனம் ஏமாந்துவிடக்கூடாதே.'

'என்னங்க இன்னும் அதே நினைப்பா, விடுங்க நாளைக்கு வாங்கி குடுத்துக்கலாம்.'

'இல்ல ப்ரேமி, காலைல எந்திரிச்சதும் அவன் மரத்துக்கிட்ட போய்தான் பார்ப்பான், ஒண்ணும் இல்லேன்னா ஏமாந்துடுவான் பாவம்.'

'இப்ப யோசிச்சு என்ன பண்றது, முன்னாலையே உங்களுக்கு இந்த கவலை இருந்திருக்கணும், ஆஃபீஸ் போய்ட்டாத்தான் ஐயாவுக்கு இந்த உலகமே மறந்துடுதே', நையாண்டி செய்தாள் கணவனை.

மகன் ஏமாந்துவிடக்கூடாது என்ற எண்ணத்தை மட்டுமே மீதம் கொண்டு புரண்டு படுத்தான் ப்ரகாஷ். சிந்தனை உறங்கவிடவில்லை எழுந்து வெளி அறைக்குச் சென்றான் மேசையிலிருந்த கணினிக்கு மின்னூட்டித் திறந்தான்.

'என்னங்க தூங்காம என்ன பண்றீங்க', என்று படுக்கை அறையில் இருந்தே குரல் கொடுத்தாள் ப்ரேமி.

'கொஞ்ச நேரம் பிரவுசிங் பண்ணிட்டு வரேன்.'

'ஆன்லைன்ல ஆர்டர் பண்ணினாக்கூட ரெண்டு நாள் ஆகும் வர்றதுக்கு', என்று கணவனின் செயலறிந்து பதில் கொடுத்தாள் ப்ரேமி.

அத்தனையும் பச்சைநிறம்

கணினியைத் திறந்தவன் மவுஸ் வேலை செய்யாதது ஞாபகம் வரவே, 'இந்த மவுஸ் மாத்துறதுக்குக்கூட எனக்கு மறந்து போகுது', என்று சலித்துக்கொண்டே தனது மடிக்கணினியை எடுத்துத் திறந்தான்.

'அது நான் நேத்தே அமேசான்ல ஆர்டர் பண்ணிட்டேங்க, ப்ரைம் மெம்பெர்ஸ்க்கு ஹாலிடேல கூட டெலிவரி வருமாம், நாளைக்கு வந்தாலும் வரும்', எனக் கூறியவள் தொடர்ந்து, 'நீங்க என்னவோ பண்ணுங்க, வேர்க்குதுன்னு மட்டும் ஹீட்டரை குறைச்சுடாதீங்க இங்க குளிருது', என்று தனது போர்வையை இழுத்துப் போர்த்தி கனவுலகில் சஞ்சரிக்கத் தொடங்கினாள் ப்ரேமி.

வெளிப்புறம் பனிப்பொழிவு விடாமல் ஆசி தூவிக்கொண்டிருந்தது. இரவுக்கு வெள்ளை அடித்த பனித்துகள்கள் விடிந்துவிட்ட பொழுதிலும் பகலவனுக்கு திரை போட்டுக்கொண்டிருந்தது. வானமும் பூமியும் வெள்ளையாகச் சங்கமத்தில் கலந்திருக்க எங்கே பூமியைத்தொடுகிறது வானம் என்று கண்களால் கண்டு சொல்ல இயலாத பனி மணல் படிந்து பறந்து குளிர்ந்துகொண்டிருந்தது.

விருட்டென விழித்த வசந்த் 'அம்மா சாண்டா வந்தாரா?', என்று கேட்டான்.

மகனின் குரல் கேட்டு எழுந்த ப்ரேமி, 'கண்ணா, வந்திருப்பார்டா, இன்னும் கொஞ்சம் நேரம் தூங்கேன்', என்று தன் உறக்கம் கலையாமல் மகனுக்கு பதில் தந்தாள் ப்ரேமி. சட்டென ஞாபகம் வந்தவளாய் ப்ரகாஷ் உறங்குகிறானா என்று படுத்தவண்ணமே போர்வையை விலக்கி தலையைத் தூக்கிப் பார்த்தாள், வசந்த்திற்கு அடுத்ததாக நல்ல உறக்கத்தில் இருந்தான் ப்ரகாஷ்.

விழித்துக்கொண்ட வசந்த் தாயின் குரலை சட்டை செய்யவில்லை எழுந்து மரத்தின் அருகே ஓடினான். முந்தைய இரவு அங்கு வைத்த ரொட்டிகளை எண்ணிப்பார்த்தான் எண்ணிக்கை குறையாமல் நான்கும் அப்படியே இருந்தது. அருகில் வைத்திருந்த குவளையை எடுத்துப் பார்த்தான் அளவு குறையாமல் பால் அப்படியே இருந்தது. சாண்டா வரவில்லையே என்று சற்றே முகம் வாடினான் பிஞ்சு. வரிசைப் படுத்தி வைத்திருந்த கார்களைப் பார்த்தான் பதினோராவது கார் இல்லை என்று வருத்தம் கூடிக் குட்டி மனசைப் பிசைந்தது. தாயின் அருகில் வந்து படுத்தவன் தாயை இருக அணைத்துக் கொண்டான், 'அம்மா சாண்டா இன்னைக்குக் கூட வருவார்தானே?'

அரைத்தூக்கத்தில் இருந்த ப்ரேமி பட்டென உறக்கம் மொத்தமும் கலைந்தவளாய் உணர்ச்சிப் பெருக்கில் மகனை அணைத்துக்கொண்டு, 'ஹேய்... யெஸ்... அவர் எவ்வளவு வீட்டுக்குப் போகணும் நேத்து நைட் வராட்டி என்ன இன்னைக்கு, ஏன் நாளைக்குக்கூட வரலாம்', என்று ஏதோ திட்டம் தனக்குள் வகுத்துக்கொண்டு மகனுக்கு ஆறுதல் கூறினாள்.

'நான் வெயிட் பண்ணுவேன், சாண்டா கண்டிப்பா வருவார், எனக்கு ஆண்ட்ரு சொன்னானே', என்று மழலை அமைதியாகச் சொன்னான்.

'நீ நம்பிக்கையோட இரு குட்டி, இன்னைக்கு நைட் நிச்சயம் வருவார், வந்து நீ கேட்ட ஒயிட் கார் தருவார்', என்று மகனை அமைதிப்படுத்தியவள் எழுந்து அன்றாட வேலைகளுக்கு ஆயத்தமானாள்.

காலைப் பொழுது அமைதியாக நகர்ந்துகொண்டிருக்க பனிபொழிவு தன் கடமையிலிருந்து தவறாமல்

உழைத்துக்கொண்டிருந்தது. அரை மைல் தொலைவில் நெடுஞ்சாலையில் ஓடும் கார்கள் பேருந்துகள் மற்றும் இதர வண்டிகளின் ஓசை சிறிதும் பிசிறின்றி அமைதியாக இல்லத்தினுள் ஒலித்துக்கொண்டிருந்தது.

குளிர்நாட்களில் விடுமுறை நாள் எப்பொழுதும்போல கொஞ்சமும் அலட்டிக்கொள்ளாமல் நகர மணி காலை பதினொன்று என்று கூவிச் சொன்னது சுவர்க்கடிகாரம்.

வாசற்கதவு தட்டும் ஓசையும் தொடர்ந்து அழைப்பு மணி ஓசையும் வர, 'யாரும் கிறிஸ்த்மஸ் விருந்தாளி வந்திருக்காங்களோ?', என்று சந்தேகக் கேள்வி தொடுத்தான் ப்ரகாஷ். 'என்னமோ நீங்க பத்துப்பேரை விருந்துக்குக் கூப்பிட்ட மாதிரி பேசுறீங்களே?', என்று வழக்கம்போல் கணவனை நையாண்டி செய்தவள், 'யோசிச்சிக்கிட்டே நிக்காமப் போய் கதவைத் திறந்து யாருன்னு பாருங்கங்க.' என்று யோசித்துக்கொண்டிருந்த கணவனைத் துரிதப்படுத்தினாள்.

கதவைத்திறந்தான் ப்ரகாஷ், வெளிப்புறம் யாரும் இல்லாததை உணர்ந்து, 'யாரும் இல்லை', என்று கூறிக்கொண்டே மீண்டும் கதவை அடைக்க முற்பட்டவன் தற்செயலாக வாசலில் சிறிய அளவு அமேசான் நெகிழிப் பையொன்று வைக்கப்பட்டு இருப்பதைக் கண்டான், 'ப்ரேமி ப்ரகாஷ்' என்று பெயரும் வீட்டு முகவரியும் சரியாக இருந்தது. தன் வீட்டிற்கு வந்த பொருள் என்பதை உறுதி செய்து கொண்டு, 'ப்ரேமி, நீ ஆர்டர் செஞ்ச மவுஸ்', என்று நெகிழிப் பையைக் கொண்டுவந்து ப்ரேமியிடம் நீட்டினான்.

'ம்... நான் ஓபன் பண்றேன் குடுங்க', என்று வசந்த் கேட்க மறுப்பேதும் கூறாமல் குழந்தையிடம் அமேசான் பையை நீட்டினான் ப்ரகாஷ்.

ஆவல் பெருக்கெடுக்கத் தன் மழலைக் கரங்களால் பிரித்தான் வசந்த். திறந்ததுதான் தாமதம், 'ஹேய்' என்று மகிழ்ச்சி ஆரவாரம் செய்தான்.

'அப்பாடி காது அந்துடுச்சு, எதுக்குடா இப்படிக் கத்துற', என்றாள் ப்ரேமி.

'இங்க பாருங்க நான் கேட்ட ஒயிட் கார் சாண்டா அனுப்பியிருக்கார்', என்று அமேசான் பையிலிருந்து ஒரு சின்ன வெள்ளைப் பொம்மைக்காரை வெளியில் எடுத்தான் வசந்த். தான் கேட்டதைக் கொடுத்துவிட்ட சாண்டாவுக்கு நன்றி சொல்லை மரத்தை நோக்கி ஓடினான். பதினோராவது கார் ரேஸுக்கு தயார் ஆனது.

சண்டாக்கள் எப்பொழுதும் சிவப்பு உடை வெள்ளைத்தாடியில் மட்டுமே வருவதில்லை சில நேரங்களில் அமேசான் டெலிவரி தவறான பொருள் என்கிற அடையாளத்திலும் வருவதுண்டு.

# 3வது குறுஞ்செய்தி

வெள்ளிக் கிழமை மாலை, மாஸ்தா வின் வேகம் மணிக்கு 80 மைல் என்று பறந்து கொண்டிருந்தது. காரைச் செலுத்திக்கொண்டிருந்த விவேக்கின் மனவேகம் அதனினும் மேலாய் குதித்தோடிக் கொண்டிருந்தது காரணம் தான் அந்த மூன்றாவது குறுஞ்செய்தியை அனுப்பிவிட வேண்டுமென்பதே. இரண்டு குறுஞ்செய்திகள் வந்துவிட்டது இனி அடுத்த குறுஞ்செய்தியை அனுப்பப்போகும் மூன்றாவது நபர் தாமாகத்தான் இருக்கவேண்டும், ஒருவேளை மாறிப்போனால்... போனால்... ஆ... அதை அவனது மனம் ஏற்க வில்லை. விவேக்கின் அவசரம் புரியாமல் சாலை சிக்னல் சிவப்பைக் காட்டியது. அப்படி என்ன அந்த மூன்றாவது குறுஞ்செய்தியின் மகிமை? சிக்னல் பச்சை காட்டுவதற்குமுன் அந்த மகிமையை உங்களுக்கு கொஞ்சம் வேகமாகச் சொல்லிவிடுகின்றேன் கேட்டுக்கொள்ளுங்கள். சற்றே இரண்டு நாட்களுக்கு முன் செல்வோம்.

புதன் கிழமை மாலை வழக்கம் போல் கிரண் அவனது அபார்ட்மெண்ட் ஜிம் மில் உடற்பயிற்சியில் ஈடுபட்டிருந்தான்.

அருகில் சைக்கிளிங் செய்துகொண்டிருந்தான் கௌஷிக். இருவரும் உடற்பயிற்சி முடித்துவிட்டு வியர்வை பூத்து அரும்பி பெருகி அருவியாய் ஓடிக்கொண்டிருந்த தங்களின் முகம் மற்றும் கைகளை துடைத்துக்கொண்டிருந்தனர். கௌஷிக்கின் கைப்பேசி ஒளிர்ந்தது.

'கௌஷிக் உன் மொபைல் ரிங் ஆகுற மாதிரி தெரியுது, சைலண்ட்ல வச்சிருக்கியா?' என்று கிரண் கேட்க.

'ஆமாடா ஆஃபிஸ்ல இருக்கும்போது சைலண்ட்ல வச்சது அப்படியே இருக்கு' என்று பதிலளித்துவிட்டு தொலைபேசித் தொடர்பை இயக்கினான் கௌஷிக். மறுமுனையில் அகிலன்.

'கௌஷிக் இந்த வாரம் புதுப்படம் வருதாம் டிக்கட் போட்டுறவா'

'படம் வேணாம்டா ஏதாவது ரெஸ்டாரண்ட் போயிட்டு மனம்விட்டு பேசலாம், நான் கிரணையும், விவேக்கையும் வரச்சொல்லுறேன்... சினிமா டைம் வேஸ்ட்' பதிலளித்தான் கௌஷிக். பேசி முடித்துக் கைப்பேசியை நிறுத்தினான்.

கிரண் தொடர்ந்தான், 'யாருடா அகிலனா?'

'ஆமா தியேட்டருக்குப் போறதுல என்ன பொழுதுபோக்கு இருக்கு, நாலு பேரா சேர்ந்து போவோம் அப்பறம் மூணு மணிநேரம் அவன் காட்டுறத பாத்துட்டு படம் முடிஞ்சதும் ஒருத்தருக்கொருத்தர் பை சொல்லிட்டு கிளம்பிடுவோம். அதான் ரெஸ்டாரண்ட் போலாம்னு சொல்லி இருக்கேன்'

'குட் ஐடியா' ஆமோதித்தான் கிரண்.

அத்தனையும் பச்சைநிறம்

வியாழன் மதியம் அலுவலக முகப்பில் வழக்கம் போல் நால்வரும் சந்திக்கும் நேரம்.

'விவேக்... சும்மா பார்வர்ட் மெசேஜ் அனுப்பாதேன்னு எத்தனை தடவை சொல்லுறது, அர்த்தமில்லாமால் டைம் வேஸ்ட் ஆகுது' அலுத்துக்கொண்டான் கிரண்.

'அப்படி இல்லடா நமக்கு உதவாட்டியும் யாருக்காவது உதவுமே அப்படிங்கற நல்ல எண்ணம் வேற ஒண்ணும் இல்ல' என்றான் விவேக்.

'கைக்காசை செலவு பண்ணி உதவி பண்ண யாராவது வராங்களா... எல்லாம் கடைத்தேங்காயை எடுத்து வழிப் பிள்ளையாருக்கு உடைக்க தயாரா இருக்காங்க...' என்று உரையாடலில் கலந்துகொண்டான் கௌஷிக்.

அகிலன் ஆமோதித்து, 'ஆமா யாருக்கோ $A+$ ரத்தம் வேணும், யாரையோ பள்ளிக்கூடத்துல சேர்க்க பணம்வேணும்னு வர்ற மெசேஜ் எல்லாம் அப்படியே பார்வர்ட் பண்ண முடியுறவுங்களால தானே இறங்கி ரத்தம் கொடுக்கவோ பள்ளிக்கூடத்துக்கு பணம் கட்டவோ செய்யுங்கன்னா செய்வாங்களா?'

கௌஷிக் தொடர்ந்தான், 'இப்பல்லாம் ஆக்கபூர்வமா சிந்திக்கிறதைவிட அர்த்தமில்லாம வாட்சாப் பேஸ்புக் ன்னு பொழுதை வீணாக்குறதுதான் அதிகமாகி இருக்கு'.

'ஏன் மத்தவுங்கள பேசிக்கிட்டு.. நாமளே எவ்வளவு நேரம் வீணடிக்கிறோம் வாட்சாப் ல', என்றான் கிரண்.

'சரிடா இவ்வளவு பேசுறீங்க, இன்னைல இருந்து நாம நாலு பேரும் வாட்சாப் பேஸ்புக் உபயோகப் படுத்துறதில்லன்னு முடிவெடுத்தா எத்தனை பேர் கடை பிடிப்பீங்க?', கேள்வியைத் தொடுத்தான் விவேக்.

'கேள்வி நல்லா இருக்கு. அனுபவத்துல கொஞ்சம் சிரமம்னு தோணுது', என்றான் அகிலன்.

'முடியாதுன்னு நினச்சா வள்ளுவர் இவ்வளவு குறள் எழுதியிருப்பாரா? ரைட் சகோதரர்கள் பறந்திருப்பாங்களா?', நம்பிக்கையூட்டினான் கௌஷிக்.

'கரெக்ட், இது சாதாரணம், நம்மால வாட்சாப் பேஸ்புக் உபயோகப் படுத்தாம இருக்க முடியும். நான் தயார்', என்றான் கிரண்.

அகிலனும், 'நானும் ஓ.கே. ஸ்டாப் பண்ணுறோம்', என்றான்.

'அப்படி சாதாரணமா எப்படி நிறுத்தறது, நமக்குள்ள வாட்சாப்போ பேஸ்புக் கையோ வச்சு ஒரு விளையாட்டு வச்சுக்குவோம். அதுதான் ஃபைனல் அதுக்கப்புறம் நாம அந்தப்பக்கமே எட்டிப்பாக்குறதில்ல', என்று புதிதாக ஒன்றைச்சொன்னான் கௌஷிக்.

'ஓகே என்ன விளையாட்டு', என்று விவேக் ஆவலுடன் கேட்க, ஒவ்வொருவரும் தங்களின் அதீத மூளையைக்கொண்டு சிந்திக்கத் துவங்கினர்.

'ஆக்க பூர்வமா சிந்திக்கிறோம்னு சொன்னோம். சிம்பிளா ஒரு கேம் நம்மால சிந்திக்க முடியல...ம்...' என்று யோசனையைத் தொடர்ந்தான் விவேக்.

'டேய்... இப்படி செஞ்சா எப்படி?', என்றான் அகிலன்.

'எப்புடி?', என்று நகைத்தான் கிரண்.

அகிலன் தொடர்ந்தான், 'அதாவது நாம நாளைக்கு ரெஸ்டாரண்ட் போறதா இருக்கோம்'

'ஆமா' ஆமோதித்தான் கௌஷிக்.

'நாலுபேரும் அசெம்பிள் ஆகுறதுதான் கேம்', என்றான் அகிலன்.

கிரண் முந்திக்கொண்டு, 'புரியும்படியா சொல்லேண்டா'

அகிலன் தொடர்ந்தான், 'அதாவது நாலு பேர்ல யாரெல்லாம் முன்னாடி ரெஸ்டாரண்ட் வாரங்களோ அவங்க வெற்றியாளர், கடைசியா வர்றவர் போட்டியில தோத்தவர்.'

'இதுக்கும் வாட்சாப் கும் என்னடா சம்பந்தம்?', கேள்வி எழுப்பினான் விவேக்.

'இருக்கே... வாட்சாப் தான் இங்க ஜட்ஜ், ரெஸ்டாரண்ட் ரீச் ஆகுறவுங்க தன்னை செல்ஃபி எடுத்து வராத மத்தவங்களுக்கு அனுப்பனும். மூணு மெசேஜ் வரைக்கும் வெற்றியாளர். கடைசியா வர்றவர் யாருக்கும் மெசேஜ் அனுப்ப முடியாதே! ஆகா அவர் தோத்தவர்', என்று விளையாட்டை விளக்கினான் அகிலன்.

'நல்லாருக்கே... அக்ரீட்', என்றான் ஆனந்தமாக கௌஷிக்.

'நானும் ஏத்துக்கறேன்', என்றான் விவேக்.

'எனக்கும் ஓ.கே.,' ஆமோதித்தான் கிரண்.

இப்போ உங்களுக்குப் புரிஞ்சிருக்குமே விவேக் ஏன் தான் அந்த மூணாவது மெசேஜ் அனுப்ப அவசரப் பட்டு காரைப் பறக்க

விடுறான்னு. ஆமா கிரணும் கௌஷிக்கும் மெசேஜ் அனுப்பிட்டாங்க இப்போ அகிலனை முந்துவதுதான் விவேக்கின் முயற்சி.

சிக்னல் பச்சை காட்டியது பிரேக்கில் இருந்து காலை எடுத்த நம்ம விவேக் சட்டென மீண்டும் பிரேக்கில் பலமாக அழுத்தும் சூழ்நிலை ஏற்பட்டது. காரணம் சாலையைக் கடந்து ஓடிய நாயும் நாயைப் பிடித்துக்கொண்டு அதன் வேகத்திற்கு ஈடுகொடுக்க முடியாமல் நிலை தடுமாறி சாலையின் நடுவே தனது காருக்கு எதிரே விழுந்த நாயின் எஜமானரும்தான். கடிகாரத்தைப் பார்த்தான் விவேக். என்ன செய்வதும புரியவில்லை. காரை நிப்பாட்டி கதவைத்திறந்து இறங்கினான். முன்னம் சென்று கீழே விழுந்தவர் எழுவதற்கு உதவினான். நன்றியுள்ள நாயும் தன் எஜமானரின் அருகில் நின்று வாலைக் குழைத்துக் கொண்டிருந்தது. ஒரு வழியாக நாயையும் எஜமானரையும் வழியனுப்பிவிட்டு காருக்குள் ஏறினான். சிக்னல் மீண்டும் சிவப்பு.

சற்று நேரத்திற்குப் பின்.

ரெஸ்டாரண்ட் வாசல். தனது மொபைல் போன் எடுத்துப் பார்த்தான் விவேக் மூன்றாவது குறுஞ்செய்தி இன்னும் வரவில்லை. அப்பாடா என்று மனம் நிம்மதியோடு இருந்தாலும் போட்டி நிபந்தனை செல்ஃபி எடுத்து அனுப்பும்வரை நீள்கிறதல்லவா. அவசரமாக கார் கதவைத் திறந்து இறங்கினான். காரை பார்த்தும் பார்க்காமலும் ரிமோட்டில் லாக் செய்துவிட்டு லாக் ஆன சத்தத்தை மட்டும் காதில் வாங்கிக்கொண்டு ரெஸ்டாரண்டினுள் விரைந்தான். அங்கே அவன் எதிர்பார்க்காத

நிகழ்வு. மீண்டும் தனது மொபைல் போனை எடுத்துப் பார்த்தான் நிச்சயமாக மூன்றாவது குறுஞ்செய்தி வரவில்லை. ஆனால் ரெஸ்டாரண்டில் அவன் பார்த்த நிகழ்வு, கிரண் கௌஷிக்கோடு அகிலனும் அந்த மேசையில் அமர்ந்திருந்தான். ஏன் அகிலன் குறுஞ்செய்தி அனுப்பவில்லை...?!

'டேய் நம்ம ஸ்பான்சர் வந்துட்டார்டா', என்றான் கௌஷிக்.

'வாங்க ஸ்பான்சர், ஆர்டர் பண்ணிடுவோமா', என்றான் நகைத்துக்கொண்டே கிரண்.

அகிலனும் கௌஷிக் மற்றும் கிரணோடு சேர்ந்துகொள்ள, மூவரும் ஆரவாரமாகச் சிரித்தார்கள்.

இவற்றைக் காதில் வாங்காமல் கண்டும் கொள்ளாமல் தன்னை செல்ஃபி எடுத்து அதை மற்ற மூவருக்கும் அனுப்பி முடித்தான் விவேக்.

இங்க ஒரு சின்ன பிளாஷ்பாக்.

அகிலன் வீட்டிலிருந்து தனது காரை கிளப்புகையில் தனது கைப்பேசியைப் பார்த்தான் வெண்திரையாக வெறும்திரையாக இருப்பது கண்டு குழப்பம் கொண்டான். பின்னர் கைப்பேசி பேட்டரி ரீசார்ஜ் செய்யாதது நினைவில் வந்தது. இனி நேரம் இல்லை காரில் ரீசார்ஜ் செய்யலாம் என்றால் சார்ஜர் அவசரத்திற்கு டாஷ்போர்டில் கிடைக்கவில்லை. பரவாயில்லை இதில் நேரம் செலவிடாமல் ரெஸ்டாரண்ட்க்கு செல்வோம் என்று புறப்பட்டு விட்டான். ரெஸ்டாரண்டை மூன்றாவது நபராக அகிலன் வந்தடைந்தாலும் தனது கைப்பேசியில் பேட்டரி பவர் இல்லாத காரணத்தால் செல்ஃபி எடுத்து அனுப்ப முடியவில்லை.

பிளாஷ்பாக் நிறைவடைந்தது.

இப்போது தங்களது கைப்பேசியைப் பார்த்த கௌஷிக்கும் கிரணும் குழப்பத்தில் விவேக்கைக் கண்டனர். காரணம் நான்காவதாக வந்துவிட்டு ஏன் செல்ஃபி அனுப்புகிறான் விவேக் என்ற குழப்பம்.

ரெஸ்டாரண்டிற்கு எதார்த்தமாக வந்திருந்த அவர்களில் மூத்த வயதுடைய நண்பர் நால்வரையும் சந்தித்து நலம் விசாரித்துக் கொண்டு பின்னர் நால்வரின் விளையாட்டையும் கேட்டறிந்தார்.

நண்பர் சொன்னார், 'நண்பர்களே நல்ல விளையாட்டு. உண்மையிலே நன்மையும் கூட. ஆக இன்னிலிருந்து நீங்க யாரும் வாட்சாப் பேஸ்புக் உபயோகிக்கப் போறதில்லை? ஆம் ஐ ரைட்?'

விவேக் பதிலளித்தான், 'எஸ் அங்கிள்.' தொடர்ந்து, 'அதோட எங்க விளையாட்டுக்கு ஒரு நல்ல தீர்ப்பும் சொல்லிடுங்க இவங்க எல்லாம் நான்தான் இன்னிக்கு ஃபுட் ஸ்பான்சர் பண்ணனும்னு சொல்லுறாங்க.' என்று அப்பாவியாகச் சொன்னான்.

நண்பர் தொடர்ந்தார், 'நோ நோ... உங்கள ரொம்ப நாள் கழிச்சு சந்திச்சிருக்கேன். நான்தான் உங்க ஸ்பான்சர் இன்னிக்கு.'

'அதெப்படிம அப்படின்னா எங்க கேம் நிறைவடையாதே', என்ற கௌஷிக்கிற்கு பதிலளித்தார் நண்பர், 'விவேக் ஸ்பான்சர் செஞ்சாலும் உங்க கேம் கம்ப்ளீட் ஆகாது'

'அதெப்படி', புருவத்தை உயர்த்தினான் கிரண்.

நண்பர் விளக்கினார், 'உங்க கேம் நிபந்தனை என்ன? மூன்றாவது மெசேஜ் கொடுக்குறவுங்க வரை வெற்றியாளர்தானே. விவேக் தான் மூன்றாவது மெசேஜ் கொடுத்துட்டாரே?!'

ஐவரின் ஆரவார மகிழ்ச்சி ரெஸ்டாரண்ட் முழுவதையும் மகிழ்வித்துக் கொண்டிருந்தது.

# தாய்

'ஜூபிடர் கம்பியூட்டர் சென்டர்' லிருந்து உற்சாகமாக வெளியேறினேன். என்னுடைய மின்னஞ்சல்களைப் படிக்கவும் இணையத்தளங்களில் வேலை தேடுவதற்கும் இந்தக் கணினி மையத்திற்கு வருவது வழக்கம். இன்றைய எனது உற்சாகத்திற்குக் காரணம் இருந்தது. படிப்பு முடித்துப் பலநாட்களாக வேலை தேடிக்கொண்டிருந்த எனக்கு வேலை கிடைத்துவிட்டது! இன்னும் ஒருமாத காலத்திற்குள் வந்து வேலையை ஒப்புக்கொள்ளச் சொல்லி வந்திருந்த அந்த மின்னஞ்சல் என்னை லல்லல்லா பாட வைத்திருந்தது. கணினி மையத்திலிருந்து வீட்டிற்கு நடந்து செல்ல சுமார் இருபது நிமிடங்கள் தேவைப்படும். நடந்து செல்லும்பொழுது என்னுள் பல சிந்தனைகள் கேள்விகளாய் வந்து மோதின. எனக்கு வேலை கிடைத்துவிட்டதையும், பணி செய்யப்போகும் ஊரைப் பற்றியும் அம்மாவிடம் சொன்னால் அம்மா அதனை எப்படி உள்வாங்குவாள்? அவள் மனதினுள் பூட்டிவைத்திருக்கும் அவளின் நாட்களை இன்றாவது என்னிடம் பகிர்வாளா? அவளும் என்னுடன் வருவாளா? இப்படிப் பல. நானும் அம்மாவும் கடந்து வந்த அந்த நாட்கள் குளிர் பனிக் காலமல்ல கொளுத்தும் கோடை, நடந்துவந்த பாதைகள்

மலர்களால் நிரப்பப்பட்டதல்ல நெருஞ்சியின் செழித்த கூர்முனைகளால் ஆனது. எனினும் அம்மாதான் முட்களில் நடந்தாள், என்னை முதுகில் சுமந்துகொண்டாள் இன்னும் சுமந்துகொண்டிருக்கிறாள் இன்றுவரை. அந்த நாட்களில் சில எனது நினைவடுக்குகளின் மேற்புறத்திற்கு வந்து நின்றன.

அன்று நெய்ச்சோறு வேண்டுமென்று மிகவே கறாராக அழுதுகொண்டிருந்தேன் அப்பொழுதுதான் அம்மா புதிய காரணத்தைச்சொன்னாள், அது... நெய் உருக்குவதற்கு முதலில் வெண்ணை வேண்டும் என்றும் நெய்யாக வாங்கினால் காசு அதிகம் ஆகவே வெண்ணை வாங்கி உருக்கி நெய்ச்சோறு தருகிறேன் என்றாள். ஏதோ புரிந்தது போல 'சரி எப்போ வெண்ணை வாங்குவே...' என்றேன், அம்மாவின் பதில், 'பம்பாயிலிருந்து அப்பா வரும்பொழுது...' பாம்பாய் ஒரு வெளிநாடு என்று புரிந்துவைத்திருந்த வயது எனக்கு.

வாரம்தோறும் சனிக்கிழமை தாத்தா அம்மாவையும் என்னையும் பார்க்க வரும் தொடர் நிறுத்தப்படாத காலம் அது. அவர் கொண்டு வந்திருந்த மிக்சர் மற்றும் ஜிலேபிப் பொட்டலங்களை அப்படியே தூக்கிக்கொள்வேன். 'ம்ஹூம்... தினமும் கொஞ்சம் கொஞ்சமாக சாப்பிடு...' என்பார் தாத்தா முழுவதுமாக ஒரேநாளில் தீர்த்துவிடக்கூடாது அது உடல் நலத்திற்குக் கேடு என்பார் ஆனால் அவர் கூறுவதில் பொருளாதாரச் சிக்கனமும் ஒளிந்திருந்தது என்பதைப் புரிந்துகொள்ள முடியாத வயது எனக்கு.

மெட்ரிகுலேசன் பள்ளிக்கு சீருடை அணிந்து செல்லும் சிறுவர்களை ஏக்கத்தோடு பார்த்துக்கொண்டே கலர்ச் சட்டை

அணிந்து பக்கத்து பாலர்வாடிக்கு செல்லும் நான் அந்தக் கலர்ச்சட்டை சுதந்திரம் என்பதை உணராத வயது எனக்கு.

‘டேய் கந்தா இன்னிக்கு என்னடா குழம்பு?’ சொர்ணத்தின் கேள்விக்கு ‘கறிக்குழம்பு’ என பதிலளிக்க வேண்டுமென்று தோன்றியது, ‘வாய்மையே வெல்லும்’ என்று பாடம் நினைவிற்கு வர ‘தக்காளி ரசம்’ என்றேன். ‘ஏண்டா தினமும் ரசம் இல்லாட்டி மோர் சாதமே பள்ளிக்கூடத்துக்கு கொண்டார...’ என்ற அடுத்த கேள்வியைத் தொடுத்தாள் சொர்ணம். பள்ளிக்கூடம் முடிந்து வீட்டுக்கு திரும்பும்போது சொர்ணதுடன்தான் நான் வரவேண்டுமென்று அம்மா சொல்லியிருக்கிறாள். சொர்ணத்தின் வீடு எங்கள் வீட்டிற்குப் பக்கத்து வீடு. சொர்ணம் ஐந்தாம் வகுப்பு படிக்கும் அக்கா நான் மூன்றாம் வகுப்பு படிக்கும் தம்பி என்னைவிட சொர்ணம் மூத்தவள் என்பதால் என்னை பத்திரமாக வீட்டிற்கு அழைத்து வரும் பொறுப்பு அவளுடையது. பொதுவாகவே சிறுவயதிலேயே பெண்களுக்கு பொறுப்பு வந்துவிடுமல்லவா. அவளின் கேள்விக்கு பதில் சொல்லத்தெரியாததால் ‘எங்க அம்மா அதான் கொடுக்கும்‘ என்றேன். ‘சரி உனக்கு நாளைக்கு உங்க அம்மா நண்டுக் குழம்பு தரும் சரியா?’ நான் புரியாமல் சரி என்று தலையசைத்தேன். பள்ளிக்கூடத்திலிருந்து வீட்டிற்குத் திரும்பும்பொழுது தினமும் தெரு வழியே நடக்கமாட்டோம் காரணம் அது சுற்றுப் பாதை, அதனால் ரைஸ்மில் காரர் வீட்டு வயல் வெளியிலும் வரப்பிலுமாக ஆடிப் பாடி நடந்து வருவோம் அதுதான் குறுக்கு வழி. வயலில் தண்ணீர் கிடக்கும் நாட்களில் நண்டுகளும் நத்தைகளும் திரிவதுண்டு அந்த நாட்களில் நாங்கள் தெரு வழியே நடப்போம் அல்லது வரப்பிலிருந்து வயலுக்குள்

இறங்காமல் நடந்து வருவோம். அன்று வழக்கத்திற்கு மாறாக தண்ணீர் கிடந்த வயலில் சொர்ணம் வயலுக்குள் இறங்கி 'கந்தா மெதுவா இறங்கு.... நான் உனக்கு நண்டு பிடிச்சுத் தறேன்...' நானும் கால்களைத் தண்ணீரில் தப் தப் என அடித்து விளையாடலாம் என்ற ஆவலில் வயலில் இறங்கினேன். சொர்ணம் இடது காலையும் வலது காலையும் மாற்றி மாற்றி இடது புறமும் வலது புறமுமாக காலை ஆழப் பதிக்காமல் தரைக்கு நூலிடை அளவு இடைவெளியில் நகர்த்திக்கொண்டே... நண்டுபோல் எதுவும் தட்டுப்படுகிறதா என்று சிந்தனையைக் கூர்மையாக்கிக் கொண்டே நடந்தாள். நான் அவளின் பின்னால் தப்.. தப்.. என்று கால்களை சேற்றில் பதித்துக்கொண்டு ஆனந்தமாகத் தொடர்ந்து சென்றேன். அவ்வப் பொழுது அவள் என்னை 'டேய் சும்மா வரமாட்ட..' என்று அதட்டிக் கொண்டே வருவாள்.. ஆனாலும் நண்டு தேடுவதில் கவனம் சிதறவிட மாட்டாள் அவ்வப்போது தென் படும் நண்டுகளை எடுத்துச் சாப்பாட்டுத் தூக்குச் சட்டியில் சேகரித்துக் கொண்டு நடந்தாள். தூக்குச்சட்டிக்குக் கழுத்துவரை நண்டுகள் நிறம்பிவிட்டது, 'கந்தா உன் சாப்பாட்டு டப்பாவைத் திற...' என்றாள். நானும் மதியம் சாப்பிட்ட ரசம் ஒட்டிக்கொண்டிருந்த டப்பாவைத் திறந்தேன், தூக்குச்சட்டியில் இருந்து பாதி நண்டுகளை டப்பாவில் கொட்டினாள். 'டப்பாவை நல்லா அழுத்தி மூடிக்கோ...' என்றவளின் சொல்லுக்குக் கீழ்ப்படிந்து டப்பாவை அழுத்தி மூடி பைக்கட்டுக்குள் வைத்துக்கொண்டேன், அவளும் தூக்குச்சட்டியை அழுந்த மூட இருவரும் நடையில் வேகம் கூட்டி வீட்டை அடைந்தோம்.

‘அக்கா கந்தன் டப்பாவில் வயல் நண்டு பிடிச்சு வச்சிருக்கேன்...’ என்று சத்தமாக எங்கள் வீட்டு வாசலில் நின்று என் அம்மாவிற்குக் கேட்க்கும்படி உரத்த குரலில் சொல்லிவிட்டு அவள் வீட்டை நோக்கி நடந்தாள் சொர்ணம். சொர்ணத்தின் குரல் கேட்டு, வெள்ளைச்சுவற்றில் மாட்டி வைத்திருந்த முகத்தளவு முகம் பார்க்கும் கண்ணாடி முன் நின்று தனது கருங்கூந்தலை வாரிக்கொண்டிருந்த அம்மா திரும்பி என்னைப் பார்த்தாள்... வீட்டில் நுழைந்த நான் முதல் வேலையாக பைக்கட்டிலிருந்து டப்பாவை எடுத்து அம்மாவிடம் நீட்டினேன்... டப்பாவை வாங்கிய அம்மாவின் முகம் மாறியது.... டப்பாவை வாங்கி அருகில் இருந்த அட்டைப்பெட்டிகள் அடுக்கிச்செய்த அலமாரி மீது வைத்துவிட்டு கூந்தலை அள்ளி கொண்டை இட்டுக்கொண்டு வேகநடை போட்டு சொர்ணம் அக்கா வீட்டிற்கு சென்றாள்... நானும் பின்தொடர்ந்தேன்....

‘வள்ளி அக்கா... எங்க இருக்க...‘ என்று சொர்ணம் அக்காவின் அம்மாவை அழைத்துக்கொண்டே என் அம்மா அவர்கள் வீட்டு முகப்பில் நின்று திறந்திருந்த கதவைத் தட்டினாள்.... ‘என்ன செல்வி...‘ என்று அம்மாவிற்கு பதில் அளித்துக்கொண்டே சொர்ணம் அக்காவின் அம்மா கதவருகே வந்து ‘உள்ள வா....‘ என்று அம்மாவை அழைக்க என் அம்மாவின் பின்னால் நிற்கும் என்னையும் பார்த்து ‘உள்ள வாடா...‘ என்றாள்.

அம்மா தொடர்ந்தாள், ‘இல்ல அக்கா... எங்க சொர்ணம்.....’

‘இப்பதானே வந்தாள்... கிணற்றடிக்கு போயிருப்பாள்... என்ன சொல்லு?’

'முன்னாடியே சொல்லியிருக்கேன்... வயல்ல இறங்கி நடக்காதேன்னு.... இன்னைக்கும் அப்படித்தான் வந்திருக்கா .... பூச்சி வட்டை இருந்தா என்ன செய்யுறது....'

'அட இதுக்குத்தான் இவ்வளவு கோபமா... அதெல்லாம் நம்ம ஊரு வயல் .... நம்ம ஊருத் தண்ணி.... எல்லாம் நல்லதுதான் செய்யும்...'

'அப்படி இல்ல அக்கா... புள்ளைக்கி தைரியம் வேணும்தான்... ஆனா கொஞ்சம் பயமும் இருக்கணும் அந்த தைரியம் தேவைப்படுற நேரமும் இடமும் அப்பத்தான் புரியும்...'

'நீ சொல்லிட்டேல்ல, அவ கேட்டுக்கிட்டுதான் இருப்பா... நீ கோபப்படாத... நானும் சொல்றேன்...'

கிணற்றடியிலிருந்து முகம் கழுவிவிட்டு உள்ளே வந்த சொர்ணம் அக்கா அனைத்து உரையாடல்களையும் கெட்டவளாய், 'இல்ல அக்கா, கந்தனுக்கு நீங்க ருசியா சமைச்சு குடுப்பீங்கன்னுதான்... இனிமே இப்படி நடக்காது அக்கா...'

இதைக் கேட்ட அம்மாவின் கோபம் உடன் வற்றியது, சமாதானத்திற்கு வந்தவள், சொர்ணம் அக்காவின் இரு கன்னங்களையும் தன் இரு உள்ளங்கைகளால் தடவி மடித்து தன் நெற்றியின் இரு பக்கங்களிலும் ஒற்றி திட்டி கழித்தவள், 'ராசாத்தி... புரியுதுடி... ஆனா சின்னப் புள்ள நீ பத்திரமா இருக்கணும் கண்ணு...' சொல்லிவிட்டு, சொர்ணம் அக்காவின் அம்மாவிடம் ' சரிக்கா ... நான் வரேன்... நண்டெல்லாம் டப்பாவை விட்டு வெளியே வந்துடப் போகுது...' என்று சொல்ல, சொர்ணம் அக்காவின் அம்மாவும் சிரித்துக்கொண்டே 'சரி சரி கிளம்பு... நானும் சொர்ணத்த இன்னிக்கு என்ன பாடம் படிச்சான்னு பாக்கணும்..'

இப்படி நகர்ந்த நாட்களில் சற்றும் அப்பாவின் நினைப்பு என்னைப் பெரிதாக வாட்டாமல் கவனித்துக்கொண்டவள் என் அம்மா. சொர்ணம் அக்கா அவ்வப்பொழுது அவளுடைய அப்பா சட்டை வாங்கித்தந்தார் தீபாவளிக்கு மத்தாப்பு வாங்கித்தந்தார் என்று சொல்லுவாள், நான் அதைக் கேட்டுக்கொண்டு அம்மாவிடம் வந்து 'அம்மா எனக்கு அப்பா எப்போ இதெல்லாம் வாங்கித்தருவார்?' என்று கேட்பேன், அதற்கு அம்மா சற்றும் சலனமில்லாமல், 'அவளுக்கு அப்பா பக்கத்திலேயே இருக்கிறார் ஆனால் உன் அப்பா பம்பாயிலல்லவா இருக்கிறார், அதனால்தான் தாத்தா உனக்கு அவற்றையெல்லாம் வாங்கித்தருகிறார்', என்பாள், ஆனால் உண்மையில் எனக்குத் தேவையானவற்றை அம்மா கட்டிடங்களில் சித்தாள் வேலை பார்த்துச் சம்பாதிக்கும் காசில் வாங்கித் தருகிறாள் என்பதை நான் புரிந்துகொள்ள முடியாத வயது எனக்கு. ஆனாலும் அவ்வப்பொழுது தலை தூக்கும் அப்பாவின் நினைப்பு. அன்று வெள்ளிக்கிழமை மாலை, வகுப்புப்பாடம் எழுதிக் கொண்டிருந்த என்னை அன்று வகுப்பில் நடந்த ஒரு நிகழ்வு திசை திருப்பியது,

கணக்கு வாத்தியார் வைத்தீஸ்வரன் வகுப்பெடுத்துக் கொண்டிருந்தார் 'சார் சோமனின் தந்தையார் வந்திருக்கிறார், ஹெட் மாஸ்டர் சோமனை அழைத்து வரச்சொன்னார்...' என்று அட்டெண்டர் வந்து அழைத்தார்.

'சோமா....'

'ஐயா...'

'அட்டெண்டரோடு போயிட்டு வா...' என்ற ஆசிரியரின் சொல்லுக்குக் கட்டுப்பட்டு சோமன் வகுப்பிலிருந்து அட்டெண்டரைத் தொடர்ந்து ஹெட் மாஸ்டர் அறைக்குச்

சென்றான்.

சோமனின் இடத்தில் நான் இருந்திருந்தால்... என்று என் கற்பனை நீண்டது...

அட்டெண்டர் வகுப்பறையின் கதவருகே நிற்கிறார், ‘சார் கந்தனின் தந்தையார் வந்திருக்கிறார், ஹெட் மாஸ்டர் கந்தனை அழைத்து வரச்சொன்னார் ...’

இதைக் கேட்ட வைத்தீஸ்வரன் வாத்தியார், ‘கந்தா....’

‘ஐயா...’

‘அட்டெண்டரோடு போயிட்டு வா...’ என்று சொல்ல அட்டெண்டரைத் தொடர்ந்து ஹெட் மாஸ்டர் அறைக்குச் செல்கிறேன்....

இதற்கு மேல் அப்பாவை எப்படி யோசிப்பது என்று சிந்தித்த நான், பாடப் புத்தகத்தை மூடி வைத்து விட்டு, எட்டிச் சுவற்றில் மாட்டியிருந்த முகம் பார்க்கும் கண்ணாடியை கழற்றி நான் அமர்ந்திருந்த இடத்திற்கு எடுத்து வந்தேன், ஒரு வெள்ளைக் காகிதத்தில் பென்சில் கொண்டு முகம் வரையத்துவங்கினேன், அடிக்கடி கண்ணாடியில் என் முகத்தைப் பார்த்துப் பார்த்து ஏதோ பெரிய ஓவியன் போல, லேசாகக் கலைந்த தலை முடி, நெற்றி, இரு புருவங்கள், காதுகள், மூக்கு, மூடி இருக்கும் உதடுகள், கன்னம், தாடை என்று கழுத்துவரை உத்தேசமாக வரைந்து பின்னர் கண்களும் வரைந்தேன்... அப்பா இப்படித்தான் இருப்பாரோ... மேலும் யோசித்த நான் இருக்கலாம் என்று என்னுள்ளே சொல்லிக் கொண்டு உதடுகளுக்கு மேலே வைத்தீஸ்வரன் சாரின் மீசைபோல ஒரு பெரிய கனத்த மீசை வரைந்து கொண்டிருக்கையில்... அம்மா

என்னை கவனித்தாள்... 'என்னடா... வீட்டுப் பாடம் எழுதி முடிச்சிட்டியா...'

'இல்லம்மா... அப்பா எப்படி இருப்பார்ன்னு... வரைஞ்சிக்கிட்டு இருக்கேன்...'

'எங்கே காட்டு...' நான் காட்டினேன்.

'ஓ... உங்கப்பாருக்கு மீசையெல்லாம் இருக்குமா... ஒரு வேளை மீசை இருந்தா இப்படித்தான் இருப்பாரோ..' என்று சாதாரணமாக எந்த உணர்ச்சியும் இல்லாமல் கூறி படத்தை என்னிடமே தந்துவிட்டு, 'சீக்கிரம் வீட்டுப் பாடத்தை எழுதி முடி...' என்று சொல்லிவிட்டு அடுப்படிக்கு தன் சமையலைத் தொடரச் சென்றாள்.

அடுத்தநாள் சனிக்கிழமை காலை வழக்கம்போல் தாத்தா பலகாரப் பொட்டலங்களுடன் வந்தார், வழக்கம்போல் அம்மாவும் தாத்தாவை வரவேற்று, 'உட்காருங்க மாமா' என்று இருக்கையைக் காட்டிவிட்டு, 'இப்போதான் பாலை அடுப்பில் வைத்திருக்கிறேன் ஒரு அஞ்சு நிமிடம்' என்று சொல்லிவிட்டு காபி போட அடுப்படிக்குச் சென்றாள். அன்று அம்மாவும் தாத்தாவும் வெகு நேரம் பேசிக்கொண்டிருந்தார்கள், நான் பொட்டலத்தைப் பிரித்து ஜிலேபியை ருசித்துக்கொண்டிருந்தேன். வழக்கமாக ஒரு பை மட்டும் கொண்டு வரும் தாத்தா அன்று இன்னொரு மஞ்சள் பையும் கொண்டுவந்திருந்தார். அந்தப் பையில் கொஞ்சம் பணம் இருந்தது என்று புரிந்துகொள்ள முடியாத வயது எனக்கு. தாத்தா புறப்படுவதற்கு முன் சற்று நடுங்கிய குரலில், 'என் மகன் செய்த தவறுக்கு நான் மன்னிப்பு கேட்டுக்கொள்கிறேன் தாயி. தயவு செய்து நீ ஒரு திருமணம் செய்துகொள்', என்று கூறி அவர்

விழிகளிலிருந்து வழிந்த நீர்துளியைத் தன் வலதுகை விரல்களால் துடைத்துக்கொண்டார். இதனை எதிர்பார்க்காத அம்மா சட்டென இரண்டடி பின்னால் நகர்ந்தாள். தாத்தாவின் வார்த்தைகளையும் செயலையும் அம்மாவின் பதட்டத்தையும் புரிந்துகொள்ள முடியாத வயது எனக்கு. என்னிடம் திரும்பிய தாத்தா என் கன்னங்களை வருடி, 'ராஜா நல்லாப் படிக்கணும், தாத்தா வேற ஊருக்குப் போறேன்', என்று கூறிவிட்டு மேலும் ஏதோ சொன்னார். தாத்தா சொன்னது முழுவதுமாகப் புரியவில்லையெனிலும் இனிமேல் அவர் வீட்டிற்கு வரமாட்டார் என்பது மட்டும் புரிந்தது.

மனித மனம் காலத்திடம் தோற்றுப்போவது இயல்பு. எத்தகைய உணர்வானாலும் அதை நினைவுகளாக்கிவிட்டு மனிதனை வெகுதூரத்திற்கு அழைத்துச்செல்லும் சக்தி காலத்திடம் உள்ளது. இதோ என்னையும் அம்மாவையும் அப்படிதான் இத்தனை தூரம் காலம் அழைத்து வந்திருக்கிறது. இன்று எனக்கும் பணி கிடைத்துவிட்டது மாத வருமானம் இருபதாயிரம் ரூபாய், இருப்பிடத்திற்கு வாடகை மற்றும் எனக்கும் அம்மாவிற்கும் பசியாற்றிக்கொள்ளவும் இது போதும். நாளைய தேவையை நாளை யோசிப்போம் என்று உற்சாக நடை போட்டு வீட்டை அடைந்தேன். வீட்டினுள் நுழையும்போதே வேலை கிடைத்துவிட்ட ஆனந்தத்தைப் பகிர்ந்துகொள்ள அம்மாவை உரத்த குரலில் அழைத்தேன், 'அம்மா...'

'ப்...பா... ஏண்டா இப்படிக் கத்துறே, காது ஜவ்வு கிழிஞ்சுடும்போல...' என்று சொல்லிக்கொண்டும் முகம் பார்க்கும் கண்ணாடியில் பார்த்துத் தனது காதோரத்து நரை முடிகளை ஒதுக்கிவிட்டுக்கொண்டும் என்னை வீட்டினுள் வரவேற்றாள்.

‘எனக்கு வேலை கிடைச்சுடுச்சும்மா... இனிமே நீ கட்டிட வேலைக்குப் போக வேண்டாம். மாசம் இருபதாயிரம் சம்பளம்.’

உற்சாகப் புன்னகை பூத்தாள் அம்மா. ‘காளி கண்ணைத் தொறந்துட்டா, நீ நல்லா இருந்தாப் போதும், என் உடலில் இன்னும் சக்தி இருக்கு, இத்தனை நாள் நமக்கு கஞ்சி ஊத்துன கட்டிட வேலைய அப்படி ஒருநாளில் உதறிட முடியாது. கொஞ்சநாள் போகட்டும்’, என்று அம்மா சொன்னபோது அவள் தான் பார்த்த கட்டிட வேலையை எத்தனை காதலுடன் பார்த்திருப்பாள் என்று என்னால் புரிந்துகொள்ள முடிந்தது. ஒரு கட்டிடத்தின் முழு வேலையும் முடிந்தபிறகு இனி அந்தக் கட்டிடத்தில் வேலை இல்லை என்று ஆன பிறகு அந்த சில நாட்கள் அம்மாவின் முகம் வாடியே இருக்கும் அவள் ஒவ்வொரு சுவற்றையும் தன் பிள்ளையாகப் பாவித்துப் பணி செய்யும் காரணத்தால் தான் பெற்ற பிள்ளையைப் பிரிந்ததுபோன்ற மன உளைச்சலில் காணப்படுவாள். அப்படிப்பட்டவள் தான் பார்க்கும் வேலையை உடனடியாக விட்டுவிட எப்படிச் சம்மதிப்பாள்? புரிந்துகொண்டேன்.

அம்மா கேட்டாள், ‘வேலை நம்ம ஊருக்கு பக்கத்திலதானே? இல்ல வெளியூரா?’, அம்மா சற்றும் எதிர்பார்க்காத பதிலைச் சொன்னேன். ‘வேலை மும்பையில் அம்மா’. அடுத்த நொடி அம்மாவின் முகம் சற்றே இறுகியது. என்னுடைய அப்பா, மீசை வளர்க்காத அந்த அப்பா கட்டிடங்கள் கட்டும் காண்ட்ராக்டர் என்பதும், அவர் பக்கத்து ஊரில்தான் வசித்துவருகிறார் என்பதும், அவருக்கு அங்கே குடும்பம் இருக்கிறது, அவரின் மனைவி எனக்குப் பெரியம்மா என்பதும், எனக்குத்தெரியாது என்று அம்மா இன்னும் நம்பிக்கொண்டிருக்கிறாள். நான்

அம்மாவின் ஆசி பெற வீழ்ந்து அவளின் இருபாதங்களை என் இரு கரங்களால் பற்றினேன். 'பயப்பாடாதே அம்மா, உனக்கென்று தனிப்பட்ட உணர்வுகள் உண்டு அதை நான் என்றும் மதிப்பேன். உன்னுடைய அந்நாள் இனிப்போ கசப்போ, நீயாகச் சொல்வாயோ மாட்டாயோ, எப்படியானாலும் நான் உன்னைக் கேட்கமாட்டேன். அப்பா பம்பாயிலிருந்து வருவார் என்று நீ சொல்வதை நான் நம்பிக்கொண்டிருப்பேன்', வாய் திறக்காமல் அவளின் பாதங்களில் எனது கண்ணீர்த்துளிகளால் உறுதி கூறினேன். அம்மா என்னைத் தூக்கி நிறுத்தி என் விழிகளில் அரும்பிய நீரை அவள் உடுத்தியிருந்த பருத்திப் புடவை முந்தானையால் துடைத்துவிட்டாள். நான் மும்பை செல்வதற்கு ஏற்பாடுகளைத் தொடங்கினேன்.

# முதல் பயணம்

## 1.சுந்தரம் டைலர்

ஒன்று இரண்டு மூன்று நான்கு ஐந்து எனக் கருப்பு வட்டத்திற்குள் வெள்ளை எண்கள் எழுதப்பட்ட ஐந்து மரப்பலகைகளைக் கதவுகளாகக் கொண்ட சுந்தரம் டைலரின் கடைக்கு, தீபாவளி, பொங்கல், ரம்ஜான், கிருஸ்துமஸ் மாதங்களில் அதிகமான தையல் ஆர்டர்கள் வரும், மற்ற நாள்களில் அவ்வளவாக வருவதில்லை. ஆனால் கடை வாடகை, மின் கட்டணம், பால், மளிகை, காய்கறி, சமையல் எரிவாயு, பிள்ளைகளின் பள்ளிக்கூடம், இத்யாதிகளுக்கு விசேட நாள்கள், விசேடம் அல்லாத நாள்கள் என வித்தியாசம் கிடையாதே! பண்டிகை மாதங்களின் சொற்ப வருமானத்தை மட்டுமே கொண்டு பன்னிரண்டு மாதச் செலவுகளைச் சரிக்கட்டுவது, சுமையா? சுகமா? என்று பட்டிமன்றம் நடத்தினால் 'சுமையே' என்கிற அணிக்குத்தான் சுந்தரம் தலைமை தாங்குவார். தையல் எந்திரத்துடன் பொருத்தப்பட்டிருக்கும் சின்னப் பெட்டியானது சுந்தரத்தின் பணப்பெட்டியாகவும் பணியாற்றப் போதுமானதாக இருந்தது. வரவேட்டில் சில மாதங்கள் செலவேட்டில் பல மாதங்களெனச் சராசரிக் கணக்கினை அந்தப் பணப்பெட்டி

நேர்மையாக நிர்வகித்து வந்தது. அதிக பட்சப் பெரிய நோட்டாக நூறு ரூபாய்த்தாள் அவ்வப்பொழுது அந்தச் சேமிப்புக் கிடங்கில் பத்திரப்படுத்தப்படும் அடுத்த ஓரிரு மாதங்களுக்கு அதன் அழகு ரசிக்கப்படும் அதன் பிறகு அந்த ரூபாய்த்தாள் மேற்சொன்ன செலவினத்தைக் காதலித்து அதன் பின்னே ஓடிவிடும்!

'யாரு, வாசுவா? அடையாளமே தெரியலையேப்பா', என்று, தையல் எந்திர ஊசியில் நூலைக் கோர்த்து முடித்து நிமிர்ந்த சுந்தரம், வாசுவின் வருகையில் வியப்படைந்தார். ப்ரூட் செண்ட் தந்த வெளிநாட்டு மணத்தை சுந்தரத்தின் கடை முழுக்கப் பரவ விட்டுக்கொண்டு, 'ஆமாண்ணே, நேத்துதான் வந்தேன், ஒரு மாசம் விடுமுறை', என்று புன்னகை பூத்துக்கொண்டே கடைக்குள் நுழைந்தான் வாசு.

'அது சரி, நாற்காலியில் உட்காருப்பா, என்ன சாப்பிடுற?', என்று தன் தையல் எந்திரத்திற்கு சற்று எதிரில் போடப்பட்டிருந்த நான்கு கால்கள் மட்டுமே கொண்டு சாய்மானம் இல்லாத அந்த நாற்காலியைக் காட்டி வாசுவை இருக்கச்சொன்னார். வலப்புறச் சுவற்றில் எட்டி கருப்பு விசையைத்தட்டி மூன்று இறக்கைகளோடும் முக்கால் பங்கு வெண்மையோடும் உத்திரத்தில் தொங்கிக்கொண்டிருந்த மின்விசிறியைச் சுழலவிட்டார். வாசுவின் கரத்தில் இளஞ்சிவப்பில் அரபு எழுத்துகள் எழுதப்பட்ட வெளிர்மஞ்சள் நெகிழிப்பை, உள்ளே இரண்டு புள்ளி இருபது மீட்டர் கால்ச் சட்டைத்துணி, தாய்நாட்டிலிருந்து ஏற்றுமதி செய்யப்பட்டு தாய்நாட்டிற்கே திரும்ப வந்திருக்கிறது.

'எப்படிண்ணே இருக்கீங்க? கால் சட்டை தைக்கணும் இப்ப அளவு குடுத்தா எப்பக் குடுப்பீங்க?'

‘நிறைய தைக்கிறதுக்கு இருக்குப்பா, உடனே கேட்டா கிடைக்காது. ஒரு இரண்டு வாரங்கள் ஆகும்’, என்றவர் நகைத்துக்கொண்டே தொடர்ந்தார், ‘அட ஏன்பா நீ வேற... நம்ம கடைல தைக்கிறது ஆடம்பரமில்லைன்னு நினைக்கிறாங்க நிறைய மக்கள், நீ மூணு வருசமா ஊருல இல்லாததால விவரம் தெரியாம நம்ம கடைக்கு வந்திருக்க. கடை வீதியில புது மின் எந்திரங்களோட ரெண்டு கடை வந்திருக்கு இப்பல்லாம் சனங்க அங்கதான் போறாங்க’’, என்றுசொல்லித் தனது உரைக்குச் சற்றே இடைவெளி கொடுத்துத் தொடர்ந்தார், ‘‘நான் இப்ப அளவெடுத்துக்கறேன், ரெண்டு நாள்ல வாங்கிக்க’’, என்று தன் தையல் எந்திரத்தில் பள்ளிக்கூடச் சீருடைக் கால்ச்சட்டை ஒன்றிற்கு ஒட்டுப்போடும் வேலையில் கவனம் செலுத்திக்கொண்டு சுரத்தில்லாத குரலில் ஒலித்தவர், ‘போகட்டும், என்ன சாப்புடுறன்னு சொல்லலியே? டீ சொல்லட்டா?’, என்றபோது உற்சாகமாக நிமிர்ந்து வினவிவிட்டு மீண்டும் தையலில் கவனம் செலுத்தினார்.

சுந்தரம் தையல் எந்திரத்தைத் தமது பாதங்களால் முன்னும் பின்னும் செலுத்துவது, வலது கரத்தால் எந்திரத்தின் மேல்ச்சக்கரத்தைப் பிடித்துச் சுழல விடுவது, பின் நிறுத்துவது இவற்றையெல்லாம் கூர்ந்து கவனித்துக்கொண்டிருந்தான் வாசு. சுந்தரத்தின் செயல்கள் ஒவ்வொன்றும் பிசிறில்லாமல் அடுத்தடுத்து சந்தக் கவிதையாக நகர்ந்துகொண்டிருக்க தையல் எந்திரம் டக் டக்.. டக் டக்.. என்று பின்னணி இசைத்துக் கொண்டிருந்தது.

சுந்தரம் திறமையான தையற்காரர் ஆனால் இன்னும் இப்படி வாடகைக் கடையிலேயே தனது திறமைகளைச் செலவிட்டுக் கொண்டிருக்கிறாரே என்ற எண்ணத்தில், ‘ஏண்ணே நீங்க மட்டும்

சவுதிக்கு ஒரு முறை போயிட்டு வந்தா இதே கடை வீதியில பெரிய பெரிய ஜவுளிக் கடைகளுக்கு எதிர்ல கண்ணாடி அலங்கரிச்ச அலமாரி வச்சு, வண்ண விளக்குகள் பொறுத்தி, நவீன மின் எந்திரங்கள் நாலு வச்சு, ஆடம்பரமா, சொந்தமா ஒரு தையல் ராஜாங்கமே நடத்தலாமே?'

நிமிர்ந்து பார்த்த சுந்தரம், 'கேட்க நல்லாத்தான் இருக்கு, கெடைக்குற காசுல மாசச் செலவை சரிக்கட்டுறதுக்கே விட்டத்தை மல்லாந்து பார்க்க வேண்டியிருக்கு, இதுல எங்க ஏஜண்டுக்கு பணம் கட்டி நா சவுதி போறது? மேலும் நான் அவ்வளவு தொலைக்கு போனா என் ரெண்டு பெண்பிள்ளைகளை கவனிக்கற முழுப்பொறுப்பு என் மனைவி மேல விழுந்துடும், அவ தனியா எப்படிச் சமாளிப்பா?'

'நாளைக்கு பெரிசா வரும்படி வரப்போகுதுன்னா இன்னைக்கு கையக் கடிக்காத அளவுக்கு கடன் வாங்குறதுல தப்பே இல்ல, நானெல்லாம் முதன் முதல்ல சவுதி புறப்பட்டப்ப கையில என்ன ரொக்கமா வச்சிருந்தேன்?, மூணு வருசத்துக்கு முன்னால எங்க சித்தப்பா, இவருதான் ஏஜென்ட்ன்னு ஒருத்தரைக் காட்டுனாரு, பிறகு கடனை வாங்கினது நான்தான், பின்னால அந்தக் கடனைத் திருப்பி அடைச்சதும் நான்தான்.'

'அது சரி, என்னை நம்பி யாரு கடன் கொடுப்பா?'

'நீங்க கடை வைக்கப் போறேன்னு கேட்டாத்தான் கடன் தரமாட்டாங்க, கடல்தாண்டப் போறேன்னு சொல்லிப்பாருங்க, கண்டிப்பா பணம் கைக்கு வந்துடும்னு நம்பிக்கையில கடன் கொடுப்பாங்க? அப்பறம் அண்ணி பிள்ளைங்களை கவனிச்சுக்கிட்டு எப்படி தனியா சமாளிப்பாங்கன்னெல்லாம்

நீங்களா நினைச்சு குழப்பிக்காதீங்க ஒரு சமயம்னு வந்தா பெண்களுக்கு தைரியம் தானா வந்துடும். எத்தனையோபேர் வீட்டுல கணவன்மார் வெளிநாட்டுல இருக்காங்க அவங்க வீட்டையெல்லாம் பெண்கள்தானே கவனிச்சுக்கறாங்க?

பாபினில் நூல் தீர்ந்து போனதை உணர்ந்த சுந்தரம் லாவகமாக பாபினைக் கழற்றி நூலை மாற்றினார்.

'ம்.... நிறைய சொல்ற, யோசிக்கறேன், சரிப்பா, இப்ப இந்தப்பக்கம் வா கால்சட்டைக்கு அளவு எடுத்துக்கறேன்,' என்று சொல்லி தையல் எந்திரத்தை விட்டு எழுந்து சற்றுத் தள்ளி வந்தார் சுந்தரம். அளவெடுத்து முடித்தவர் எதிரிலிருந்த தேநீர்க்கடைக்குச்சென்று தனக்கும் வாசுவிற்கும் தேநீர் சொல்லிவிட்டுத் தன் கடைக்குத் திரும்பினார்.

'அண்ணே, ரொம்ப யோசிக்காதீங்க, சவுதியில கப்பல் வேலை பாக்குறதுக்கெல்லாம் வயது வரம்பு கிடையாது, பணம் சம்பாதிக்கக் காலம் நேரம் கிடையாது, இப்பவும் எதுவும் தாமதம் ஆகிடல, சட்டுப்புட்டுண்ணு பணத்தை ஏற்பாடு பண்ணுங்க.'

'ம்... நீ சொல்லுறது நல்ல யோசனைதான், பணம் சம்பாதிக்கிறது ஒரு பக்கம் இருக்கட்டும், நீ கடைக்குள்ள வரும்போது உன்னோட கொண்டுவந்த பாரு செண்ட் மணம் அதுக்காகவாவது ஒருதரம் வெளிநாடு போய் வரணும்.' என்று தனது ஆசையை வெளியிட்ட சுந்தரம் தொடர்ந்து தனக்குள் எழுந்த சந்தேகத்தையும் வெளியிட்டார், ' எனக்கு தாய்மொழியில எழுதப் படிக்கத் தெரியும் ஆனா ஆங்கிலம் ஒண்ணு ரெண்டு வார்த்தையா எழுத்துக்கூட்டிப் படிக்கத்தான் தெரியும், நான் எப்படி வெளிநாட்டுல சமாளிக்க முடியும்?'

‘அட நீங்க என்னண்ணே, ஆங்கிலம் எழுதப் படிக்கத் தெரிஞ்சவுங்க அந்த வேலையைப் பார்க்கப் போறாங்க, மத்தவுங்க வண்டி ஓட்டுறது, கப்பல்ல கிரேன் ஓட்டுறது, பெட்டியை இடம் மாத்துறதுன்னு அந்தமாதிரி வேலையைப் பார்க்கப் போறாங்க, கப்பல் வேலை என்னன்னு ஒரு வரில சொல்லனும்னா, துறைமுகத்துக்கு வர்ற கப்பல்ல இருந்து சாமான்களை இறக்குறதும் ஏத்துறதும்தான்.‘ என்று கப்பல் வேலையைச் சுருக்கமாக சுந்தரத்திற்குப் புரியவைத்த வாசு மேலும் தொடர்ந்து, ‘நாள் கடத்தாம வேலையப் பாருங்கண்ணே, பாஸ்போர்ட் இருக்கா? அடுத்தவருசம் என்னமோ ஒய்-டு-கே பிரச்சினை வருதாம், 2000 ஆண்டு பொறந்துடுச்சுன்னா கம்ப்யூட்டர் வேலை செய்யுமா செய்யாதாண்ணு சந்தேகம் இங்க படிச்சவுங்களுக்கே பலபேருக்கு இருக்கு.’ என்று அறிவுப்பூர்வமாகவும் அறிவியல்பூர்வமாகவும் பேசிய வாசுவை நோக்கினார் சுந்தரம், சுந்தரத்தின் அந்தப் பார்வையில் தன்மீதும் அக்கறை கொள்ளும் மனிதர்கள் இந்தப் பூமியில் இருக்கத்தான் செய்கிறார்கள் என்ற மகிழ்ச்சி மின்னிக்கொண்டிருந்தது.

‘எத்தனை நாள்களுக்குத்தான் இந்தக் கதவுப் பலகைகளை எண்ணிக்கொண்டிருப்பது, சவுதி ரியாலை எண்ணுவதற்கு ஒரு வாய்ப்புக் கிடைக்கிறதென்றால் ஏன் அதை நழுவவிடவேண்டும். என்ன... இந்த ஐந்து பலகைகளுக்குள் நான் முதலாளி இதை விட்டுவிட்டு ஆகாயத்தில் பறந்துபோனால் நான் தொழிலாளி, இருக்கட்டுமே அதுவும் நிரந்தரமில்லையே, ஒரு பயணம்போய் வந்தால் கையிருப்பில் சொந்தமாகப் பெரிய கடை போடலாம், பலகைகள் கண்ணாடிக் கதவுகளாக மாற ஒரு பயணம் அவசியம்’, என்று தனக்குள் உறுதிப்படுத்திக்கொண்ட சுந்தரம் இப்போது

வாசுவிடம், 'நான் பணம் ஏற்பாடு செய்தால், உன்னோட ஏஜென்ட்கிட்ட சொல்லி எனக்கும் விசா ஏற்பாடு செய்வியா?' என்று ஒளி மின்னும் கண்களுடன் கேட்க, 'அந்த ஏஜென்ட் இப்ப ஆள் அனுப்புற வேலையை விட்டுட்டு வாடகைக்குக் கார் ஓட்டும் தொழில்ல இறங்கிட்டார்ணே. அவரை விடுங்க, பேப்பர்ல எவ்வளவோ விளம்பரம் வருது, பணம் கட்டுறதுக்கு முன்னாடி அந்த ஏஜென்ட் மூலமா யாராவது வெளிநாடு போயிருக்காங்களாண்ணு மட்டும் உறுதி பண்ணிக்குங்க. நல்லது நடக்கட்டும்ணே, நான் இப்ப கிளம்புறேன் கடைத் தெருவில கூட்டாளிகளை ஒரு வட்டம் பார்த்துட்டு அப்படியே வீட்டுக்கு கிளம்புறேன், ரெண்டு நாள் கழிச்சு வந்து கால் சட்டையை வாங்கிக்கறேன்.' என்று சுந்தரம் டைலரிடம் விடைபெற்றான் வாசு.

கடையிலிருந்து வெளியேறி இறங்கி நடந்த வாசுவின் அந்த வெளிநாட்டு நடையை ரசித்துக்கொண்டிருந்த சுந்தரத்தின் மனதை, தானும் அதுபோல முழுக்கை சட்டையும் சலவை செய்த கால்ச்சட்டையும் அணிந்துகொண்டு கைகளில் உயர்ரகப் பெட்டிகளை நகர்த்திக்கொண்டு விமானநிலையத்திலிருந்து வெளியில்வந்து தனது மனைவி மக்களை புன்னகையுடன் பார்ப்பதுபோல, ஒரு கனவு தொட்டுப்பார்த்தது.

## 2. மீன் குழம்பு

மாலைவேளை கடைத்தெருப்பக்கம் போனால் மலிவான விலையில் மீனோ காய்கறியோ வாங்கலாம் என்பது நீலாம்பரியின் கணக்கு. காரணம், அன்றைய வியாபாரத்தை முடித்துக் கடை மூடும் வேளையில் வியாபாரிகள் தங்கள்

கடையில் மீதம் இருக்கும் பொருள்களை வீணாக்காமல் வந்த விலைக்கு அதாவது வாடிக்கையாளர்கள் கேட்கும் மலிவான விலைக்கு பொருள்களைக் கொடுப்பார்கள் என்பது நீலாம்பரியின் எண்ணம், சிலநாள்கள் சில கடைகளில் அது உண்மையாவதும் உண்டு. அப்படிதான் இன்று மீன்கடைப் பக்கம் சென்றவள் கணவர் சுந்தரத்திற்குப் பிடிக்குமென்று மீன் வாங்கி வந்திருந்தாள்.

கிணற்றடிபக்கம் நாற்பது வாட்ஸ் மின்விளக்கு உமிழ்ந்த சன்னமான ஒளியினைக் கொண்டு அரை இருளில் மீன்களைச் சுத்தம் செய்துகொண்டிருந்தாள் நீலாம்பரி. வீட்டினுள் அடுத்த நாள் தேர்விற்காகப் படித்துக்கொண்டிருந்த மகள்கள் இருவரில் மூத்தவளை அழைத்து, ‘ஏண்டி கொஞ்சம் இந்த மீன் செதிலை மட்டும் சுத்தம் செய்து குடுத்துட்டு படிக்கப் போகலாமில்ல, நான் ஒருத்தியா இந்த இருட்டுல தடுமாறிக்கிட்டிருக்கேன்’, என்றாள்.

வீட்டினுள்ளிருந்து மூத்தவள் பதிலளித்தாள், ‘ஏன், சின்ன மகள் மட்டும் ஓவியமோ? அவள் படிக்கணும் நான் வேலை பார்க்கணுமா? எனக்கும் பரீட்சை இருக்கு‘ என்று சொல்லிவிட்டு படிப்பில் கவனம் செலுத்தினாள்.

மூத்தவளிடம் உதவி பெற முடியாமல் இளைய மகளை நாடினாள் நீலாம்பரி, ‘சின்னவளே, அம்மாவுக்கு கொஞ்சம் ஒத்தாசை பண்ணுடி கண்ணு’.

சற்றும் தாமதம் இல்லாமல் சின்ன மகளின் குரல் உயர்ந்தது, ‘அப்பாவுக்குப் பிடிக்கும்னுதானே மீன் வாங்கின, அவர் வந்து உனக்கு உதவி செய்வார், இப்போ நான் படிக்கணும்’, என்று சிறு குரலில் சிடுசிடுத்துவிட்டுப் பாடத்தைப் படிக்கத் தொடர்ந்தாள்.

வேறு வழியில்லை தான் ஒருத்தியாகத்தான் தொடங்கிய வேலையை முடிக்கவேண்டும் என்ற நிலை தெளிவானது. முழுமூச்சாக மீன்களைச் சுத்தம் செய்தாள், கிணற்றிலிருந்து நீரிறைத்து மீன்கழுவிய இடத்தையும் சுத்தம் செய்துவிட்டு வீட்டினுள் நுழைந்தாள். குழம்பிற்குத் தேவையான மசாலாக்களை அரைக்க பொருள்களை எடுத்துக்கொண்டு அம்மிக்கல்லை நாடினாள் அம்மா நீலாம்பரி.

சுவையாக மீன் குழம்பை வைத்திறக்கிய நீலாம்பரி மகள்களை அழைத்தாள், ‘கண்ணுங்களா நீங்க வந்து சாப்பிட்டுட்டு போங்க அப்பா எப்பவும் போல பதினோரு மணிக்கு மேலதான் வருவார், நாளைக்கு பரீட்சை இருக்குதுன்னா நேரத்தோட படுத்துத் தூங்குங்க, விடியும் முன்னாடி எழுந்தா படிச்சதையெல்லாம் ஒருமுறை திரும்ப வாசிச்சிட்டு போக நேரமிருக்கும், பரீட்சை நல்லா எழுதலாம். ம்.. ம்... இப்ப வாங்க சாப்பிடுங்க...’ என்று அக்கறையுடன் மகள்களை அழைத்து அன்புடன் உணவு பரிமாறினாள் நீலாம்பரி.

நாளெல்லாம் தையல் எந்திரத்துடன் பொழுதைக் கழித்துவிட்டு அயற்சியுடன் இரவு வீடு திரும்பும் கணவனுக்காக சுடச்சுட மீன்குழம்புடன் இட்டலி அவித்து வைத்துக் காத்திருந்தாள் மனைவி நீலாம்பரி.

அந்த ஓரறை ஓட்டு வீட்டின் கதவிற்கு நேர் வெளியில் உத்திரப் பலகையின் ஆதரவில் 60 வாட்ஸ் மின்விளக்கு தொங்கியவண்ணம் ஒளிர்ந்துகொண்டு சாலையிலிருந்து வீட்டிற்கு நடந்துவரும் ஒற்றையடிப் பாதைக்கு வழிகாட்டிக்கொண்டிருந்தது. வீட்டினுள் நுழைந்த சுந்தரம் முதலில் கேட்டது, ‘பிள்ளைங்க சாப்பிட்டாங்களா?’

‘ம்... ஆச்சு, ரெண்டு பேருக்கும் பரீட்சை நடக்குதுங்க, காலைல சீக்கிரம் எழுந்திரிக்கணும்னு நான்தான் அவங்கள சீக்கிரம் சாப்பிட்டுட்டு உறங்கப் போகச் சொன்னேன், நீங்க சீக்கிரம் குளிச்சுட்டு வாங்க, இட்டலி ஆறிடுச்சுன்னா சாப்பிட நல்லாருக்குமா?’ என்று தான் சுவையும் மணமுமாய் சமைத்துவைத்த மீன் குழம்பை ஆசையுடன் பரிமாற சுந்தரத்தை வேகப்படுத்தினாள்.

வீட்டின் பின்புறம் திறந்தவெளிக் கிணற்றடியில் களைப்புத்தீர நீராடிவிட்டு புத்துணர்ச்சியுடன் உணவருந்த வந்தார் சுந்தரம், எவர்சில்வர் தட்டில் இட்டலிகளும் இரெண்டு பெரிய மீன் துண்டுகளோடு புளி மணக்கும் காரமான குழம்பையும் நீலா ஊற்ற, சுந்தரம் இட்டலியைப் பிட்டுக்கொண்டே, ‘நீலா, இன்னிக்கு கடைக்கு வடிவேல் மகன் வாசு வந்திருந்தான், சவுதி போய் நல்லா வாட்டசாட்டமா வந்திருக்கான் பய’.

‘மூணு வருஷம் காண்ட்ராக்ட் வேலைன்னு சவுதிக்கு போனானே அதுக்குள்ளே வந்துட்டானா?’

‘என்ன அதுக்குள்ளே? மூணு வருசம் முடிஞ்சுதான் வந்திருக்கான், இப்பவும் ஒரு மாசம் விடுப்பாம், திரும்பப் போயிடுவான்போல’.

‘அதுக்குள்ளே மூணு வருஷம் முடிஞ்சுடுச்சா... நாளும் பொழுதும் என்ன வேகமா ஓடுது?’

‘ஆமா நீலா... நாமளும் இந்தமாதிரி ஒரு சவுதிக்காரக் குடும்பம் ஆயிடலாமா?’, என்று தான் வாசுவிடம் பேசியவற்றை நீலாவிடம் மெல்லப் பகிரத் தொடங்கினார்.

‘என்ன சொல்ல வர்றீங்க...’

‘மூணு வருஷம் ஓடுற ஓட்டம் தெரியாது, கொஞ்சம் காசு சேமிச்சிட்டு வந்தேன்னா சொந்தமா ஒரு கடை போட்டுடலாமில்ல? நம்ம ஊர்ப் பணத்துக்கு மாதம் ஐயாயிரம்... ஆறாயிரம்... கிடைக்குமாம், எனக்கு சாப்பாடு தங்குமிடமெல்லாம் அவங்களே கொடுத்திடுவாங்களாம், வாங்குற சம்பளத்தில உனக்கு செலவுக்கு அனுப்பியது போக மீதத்தை சேமிக்கலாம். என்ன... அந்த மூணு வருசத்துக்கு நீ மட்டும் தனியா இருந்து பிள்ளைங்களை கவனிச்சுக்கணும் குடும்பத்தை சமாளிச்சிக்கணும்.’

‘நீங்க சொல்றது நல்லாத்தான் இருக்கு, நான் பிள்ளைங்களை கவனிச்சு வீட்டை சமாளிக்கிறது இருக்கட்டும், அது சரி என்ன திடீர்னு இப்படி ஒரு யோசனை?’

‘வாசு கடைக்கு வந்திருந்தான்னு சொன்னேன்ல அவன் கொடுத்த யோசனைதான்.’

‘அவனுக்கு ஆளுக பழக்கம் இருந்துச்சு சவுதி போனான், ஆனா இது நமக்கு சாத்தியமா? போகணும்னா யாராவது ஏஜெண்டை பார்க்கணும், உங்களுக்கு யாரைத் தெரியும்? அது சரி, அங்க போய் என்ன வேலை பார்ப்பீங்க?’ என்று கேள்விகளை அடுக்கிக்கொண்டே போனாள் நீலாம்பரி.

‘ஒண்ணொண்ணாக் கேளு நீலா? கப்பல் துறைமுக வேலைக்கு அடிக்கடி ஆள் எடுக்குறாங்களாம். வாசு சொன்னான். செய்தித்தாளை தொடர்ந்து பார்த்து வந்தா நமக்கு சீக்கிரமே வாய்ப்பு கிடைக்கலாம்.’

சொல்லிவிட்டு சற்று நேரம் கணவனை விநோதமாகப் பார்த்துக்கொண்டிருந்த நீலாவைத் தற்செயலாக நிமிர்ந்து பார்த்த சுந்தரம், சிறு புன்னகையுடன், ‘ஏன் அப்படிப் பார்க்கிற...’

‘இல்ல… ஒருநாளும் இல்லாத திருநாளா புதுசு புதுசா பேசுறீங்களே அதான்…’ என்று பதிலுக்குப் புன்னகைத்தவள் இப்போது மன்னனுக்கு யோசனை சொல்லும் மந்திரியானாள், ‘அப்படீன்னா ஒண்ணு பண்ணுங்க, நம்ம பாஸ்கர் சலூன் கடைக்குத்தான் தினம் தினம் செய்தித்தாள் வருதே, உங்களுக்கு கடையிலே நேரம் கிடைக்கும்போது அங்கே போய் பார்த்தீங்கன்னா, நீங்க சொல்ற மாதிரி சீக்கிரமே வாய்ப்புக் கிடைக்கலாம்.’ என்றாள் நீலா என்கிற நீலாம்பரி.

இட்டலிகளைக் குழம்புடன் உண்டு, மீன் துண்டங்களைச்சுவைத்த சுந்தரம் நிறைவாக மீண்டும் ஒரு மீன் துண்டத்தைச் சட்டியிலிருந்து தனது தட்டிற்கு இடமாற்றம் செய்துகொண்டார்.

## 3.துண்டு விளம்பரம்

அடுத்தநாள்… முதலில் சுந்தரத்திற்கு பாஸ்கர் கடைக்குச் சென்று செய்தித்தாள் படிக்கக் கேட்டுப்பெறுவது சற்று சங்கடமாகத்தான் இருந்தது. இருந்தாலும் தனக்கோ செய்தித்தாள் படிக்கும் பழக்கம் இல்லை, விளம்பரம் பார்ப்பதற்காக மட்டும் சொந்தமாகச் செலவு செய்து செய்தித்தாள் வாங்குவதில் அவருக்கு விருப்பமும் இல்லை. அப்படியே வாங்கினாலும் தான் ஏதாவது ஒரு செய்தித்தாளை வாங்குவதால் அந்த ஒன்றில் மட்டும் வரும் விளம்பரங்கள் எவ்வளவு உதவியாக இருக்கும் என்பதிலும் ஐயம் இருந்தது. பல பத்திரிகைகளைப் பார்த்தால்தான் தான் தேடும் விளம்பரம் எங்காவது சிக்கும். இப்படி எல்லாவற்றையும் யோசித்தவர் ஓரே முடிவாகத் தனது சின்னச்சின்னத் தையல்

வேலைகளை முடித்துக்கொண்டு பாஸ்கர் கடைக்குள் நுழைந்தார்.

பாஸ்கர் சுந்தரம் இருவருமே கத்திரிக்கோல் பிடிப்பவர்கள் ஆனால் வேறு வேறு காரணங்களுக்காக. பாஸ்கரும் சுந்தரமும் ஏறக்குறைய ஒரே வயது கொண்டவர்களாதலால் இருவரும் ஒருவரையொருவர் பெயர்சொல்லி அழைப்பது பலநாள் வழக்கம். வலது கரத்தில் கத்திரிக்கோலும் இடது கரத்தில் தலைவாரும் சீப்புமாகத் தனது வாடிக்கையாளர் ஒருவருக்கு முடிதிருத்திக்கொண்டிருந்த பாஸ்கர் தனது கடைக்குள் நுழைந்த சுந்தரத்தைக் கண்டதும், ‘என்ன சுந்தரம், முடி வெட்டணுமா? சவரம் பண்ணனுமா?‘

‘இல்லை பாஸ்கர், செய்தித்தாள் பார்க்கலாமுன்னு வந்தேன்.’

‘அட இதென்ன புதுப் பழக்கம்.’

‘புதுசுதான்... மாற்றம் வேணுமுன்னா புதுப் புதுப் பழக்கம் தேவைப்படுதே’, சொல்லிவிட்டு சிரித்துக்கொண்டார் சுந்தரம்.

வாடிக்கையாளருக்குத் தலைமுடி திருத்துவதில் கவனம் சிதறாமல் அதே வேளை சுந்தரத்திற்கும் பதிலளித்தார் பாஸ்கர் பதில் புன்னகையோடு, ‘அடேயப்பா... ஞானி மாதிரியெல்லாம் பேசுற... சரி அங்க பாரு புதுப்பத்திரிகை வேணுமுன்னா அங்க மேசை மேல இருக்கு, இந்த பெஞ்சுல பழசெல்லாம் அடுக்கி இருக்கு.’ என்று தனக்கு இடது புறமும் வலதுபுறமும் பத்திரிகைகள் இருக்கும் இடங்களை அடையாளம் காண்பித்து விட்டு வாடிக்கையாளரின் தலை முடித்திருத்தத்தைத் தொடர்ந்தார் பாஸ்கர்.

அனுதினமும் பத்திரிகை விளம்பரங்கள் தேடியதில் ஒருநாள் சுந்தரம் விரும்பிய வெளிநாட்டு வேலைக்கான விளம்பரம் ஒரு

துண்டு விளம்பரமாகக் கண்ணில் பட்டது. பாஸ்கரிடம் அனுமதி பெற்று அந்தத் துண்டு விளம்பரத்தை வெட்டி பத்திரப்படுத்திக்கொண்டார் சுந்தரம். மேற்கொண்டு விபரங்கள் அறிய வாசுவின் வறவிற்காகக் காத்திருந்தார்.

சுந்தரம் வாசுவிடம் சொன்னதுபோல இரண்டு நாள்களில் வாசுவின் கால்ச்சட்டையை தைத்து முடித்திருந்தார். ஆனால் வாசுவோ அதனைப் பெற்றுக்கொள்ள இரண்டு நாள்களில் வரவில்லை. எதாவது வேலையாக இருக்கும் மெதுவாக வருவான் என்று இருந்துவிட்டார். ஒரு வாரத்திற்குப்பின் ஒரு மாலை வேளையில் வாசுவின் வருகையைக் கண்டார் சுந்தரம். வாசுவின் தோற்றமும் வருகையும் ஒரு வாரத்திற்கு முன்பு இருந்ததுபோல இன்று இல்லை, மூன்று நான்கு நாள்களாக சவரம் செய்யாத முகம், சலவை செய்யாமல் கசங்கியிருந்த சட்டை. செண்ட் மணத்தைத் தேடிய சுந்தரத்தின் நாசிக்கு ஏமாற்றமே மிஞ்சியது. ‘என்ன வாசு முகம் வாடிப்போயிருக்கு?’

‘ஆமாண்ணே, வீட்டுல மக்களெல்லாம் வெளியூர் கூட்டிட்டு போகச்சொல்லி ஒரே தொந்தரவு, சரிண்னு வேன் ஏற்பாடு பண்ணி, வேளாங்கண்ணி, நாகூர், சிக்கல் னு ஒரு வாரமா பயணம் செஞ்ச களைப்புதான் வேற ஒண்ணுமில்லே.’

பேச்சின் ஊடே, ‘இந்தா உன்னோட கால் சட்டை, வீட்டுக்கு எடுத்துட்டுப்போய் போட்டுப்பாரு, ஏதாவது மாற்றம் தேவைப்பட்டா சொல்லு.’ என்று தைத்துச் சலவை செய்து வைத்திருந்த வாசுவின் கால்ச்சட்டையை எடுத்து வாசுவிடம் நீட்டினார் சுந்தரம். பெற்றுக்கொண்டு விடைபெற்றவன் மறந்த செய்தியை நினைவுபடுத்துவதுபோல சட்டெனத் திரும்பி, ‘அண்ணே சவுதியில் நான் வேலை பாக்குற கம்பெனிக்கு பக்கத்து

கம்பெனி காண்ட்ராக்ட் மாறுது, அநேகமா ஆள் எடுப்பாங்க, தெரிஞ்சதும் சொல்றேன்' என்றான் வாசு.

'நானும் உன்கிட்ட பேசணும்னு இருந்தேன், நீ சோர்வா இருந்ததால இன்னொருநாள் பேசிக்கலாம்னு இருந்துட்டேன், இப்ப நீயே பேச்சை ஆரம்பிச்சதாலே சொல்றேன், நீ அன்னைக்கு சொல்லிட்டுபோன பிறகு, நானும் விடாம செய்தித்தாளை பார்த்துகிட்டு வறேன், ஞாயிற்றுக்கிழமை ஒரு விளம்பரம் பார்த்தேன், வெட்டி எடுத்து வச்சிருக்கேன்', என்று சொல்லிக்கொண்டே தையல் எந்திரத்தின் வலதுபுறமிருந்த அந்தச் சின்னப் பெட்டியைத் திறந்து தான் ஏற்கனவே பாஸ்கரின் கடையிலிருந்து பத்திரப்படுத்தி வைத்திருந்த சின்ன விளம்பரத்துண்டை வெளியில் எடுத்தார். வாசுவிடம் நீட்டி, 'இது உனக்குத் தெரிஞ்ச இடமா சொல்லு?'

விளம்பரத்தை வாங்கிப் பார்த்த வாசு புன்னகையுடன், 'இது ஜித்தா ண்ணே',

'அப்படீன்னா?' என்று ஆர்வத்துடன் வினவினார் சுந்தரம்.

'ஜித்தா'ங்கறது ஊர்ப் பேர், நம்ம இஸ்லாமிய நண்பர்கள் எல்லாம் மக்கா, மதினா புனித யாத்திரை போறதுக்கு இந்த ஊருக்குத்தான் வருவாங்க. அப்படிப்பட்ட புனிதமான ஊர்ல உங்களுக்கு வேலை கிடைச்சா நீங்க அதிர்ஷ்டசாலிதான்.' இதைக் கேட்டதும் மேலும் மகிழ்ந்தார் சுந்தரம்.

'ரொம்ப விபரம் சொல்ற, நீயும் இந்த ஊர்லதான் வேலை பார்க்குறியா?', என்று தனது அடுத்த கேள்வியை வாசுவிடம் தொடுத்தார் சுந்தரம்.

‘நான் இருக்குறது வேற இடம், அந்த ஊருக்குப் பேர் ஜுபைல், ஜித்தாவிலிருந்து கொஞ்சம் தூரம்தான், ஆனா போக வர விமானத்துலையோ பெருந்துலையோதான் பயணிக்கணும். அங்க இதுமாதிரி, ஜுபைல், ஜித்தா மட்டுமில்ல, ரியாத், தமாம், யான்பு, இன்னும் நிறையத் துறைமுகங்கள் இருக்குண்ணே, ஆனா இந்த விளம்பரம் சொல்ற கம்பெனி புதுசா இருக்கு எனக்குத் தெரியலை, நான் சொன்னதுமாதிரி இந்தக் கம்பெனி மூலமா இதுக்கு முன்னாடி ஆள்கள் போயிருக்கங்களான்னு மட்டும் கேட்டு உறுதி பண்ணிக்குங்க.’ என்று சொல்லிவிட்டு சுந்தரத்திடம் விடை பெற்றான் வாசு.

## 4. விமான நிலையம்

அந்த ஞாயிற்றுக்கிழமை செய்தித்தாளில் விளம்பரம் பார்த்தபொழுது அது இத்தனை வேகமாகத் தன்னை இந்த சென்னை விமானநிலையத்திற்கு அழைத்துவருமென்று சுந்தரம் எதிர்பார்த்திருக்கவில்லை. ரூபாய் பதினைந்தாயிரம் புரட்டி ஏஜெண்டுக்கு கொடுக்கத்தான் சிறிது சிரமப்பட்டார், பின்னர் கடை முதலாளியின் சிபாரிசு மூலமாக மூன்று வட்டிக்குப் பதினைந்தாயிரம் பணம் பெற்று ஏஜென்டிடம் கட்டிய சுந்தரம் இதோ இப்பொழுது விமான நிலையத்தில் நின்றுகொண்டிருக்கிறார். சுந்தரத்திற்கு டிராவல் ஏஜென்ட் மூர்த்தி மிகவும் நம்பிக்கைக்கு உரியவராகத் தெரிந்தார். மூர்த்தி, விமான நிலையம் வரை வந்து வழியனுப்புவார் என்று சுந்தரம் எதிர்பார்க்கவில்லை. பாஸ்போர்ட் பயணசீட்டு அனைத்தையும் சரி பார்க்கச்சொல்லி, சுந்தரத்தின் பெயரை நீல நிற மைப்பேனாவால் ஆங்கிலத்தில் பெரிய எழுத்துக்களால் எழுதிய

வெள்ளைக் காகிதத்தைக் கொடுத்து, 'நீங்க போறது ஜித்தா விமான நிலையம், விமானத்திலிருந்து இறங்கி பெட்டியை எடுத்துக்கிட்டு வெளியில் போவீங்க, அப்ப உங்க பேர் எழுதுன இந்தக் காகிதத்தை நல்லா தெரியும்படி பிடிச்சுக்கிட்டு வெளியே வாங்க, உங்களை அழைக்க வந்த சவுதிக்காரர் உங்களை அடையாளம் கண்டு அழைச்சுக்குவார், பிறகு அவர் அவருடைய கார்ல அழைச்சுக்கிட்டு நீங்க தங்குமிடத்தில் இறக்கிவிட்டு விபரமெல்லாம் சொல்வார், விமான நிலையத்திலிருந்து நீங்க தங்குமிடம் கொஞ்ச தூரமிருக்கும், சுமார் ஆறேழு மணி நேரம் பயணிக்கணும், சாப்பாடு தண்ணியெல்லாம் சவுதிக்காரரே கவனிச்சுக்குவார் நீங்க எதுக்கும் சிரமப்பட வேண்டியதில்லை' என்று மூர்த்தி ஒவ்வொன்றாகச் சொல்லச் சொல்ல கவனமாகவும் சிறிது பதட்டத்துடனும் கேட்டுக்கொண்டிருந்தார் சுந்தரம்.

பங்காளி மாமன்மார் குடும்பத்தார் நண்பர்கள் புடைசூழ என்று விமரிசையாக இல்லாவிட்டாலும் சுந்தரத்தை வழியனுப்ப அன்பும் பாசமும் பொங்க மனைவி பிள்ளைகள் சென்னை விமான நிலையத்தில் நின்றுகொண்டிருந்தனர். இன்னும் ஒரு மணி நேரத்தில் சுந்தரம் பயணிக்கவிருக்கும் விமானத்தில் போர்டிங் ஆரம்பம் என்று ஒலிபெருக்கி ஆரவாரமில்லாமல் ஒலிக்க, அருகிலிருந்த மூத்த மகள், 'அப்பா நீங்க இன்னும் ஒரு மணிநேரத்துல ஃப்ளைட் ஏறணும்', என்று ஆங்கில அறிவிப்பை தந்தைக்கு விளக்கினாள். சுந்தரத்தின் மனச்சிறகு படபடக்கத் தொடங்கியது. அவசரத்தில் எடுத்த முடிவோ என்று கூட நினைக்கத்தோன்றியது. 'உங்களுக்குத் தெரிஞ்சதெல்லாம் தையல் மட்டும்தான், இப்போ கப்பல் வேலைக்கு புறப்படறீங்க, தெரியாத வேலையை எப்படிச் சமாளிக்கப் போறீங்க?

போகுமிடம் கூப்பிடுதூரம் இல்லை ஆயிரமாயிரம் மைல்களுக்கு அப்பால் இருக்கும் அரேபிய தேசம்.' என்று தேதி வைத்த நாள்முதல் இதோ இப்பொழுது நாற்பத்தி இரண்டாவது முறையாக சுந்தரத்தைக் கேட்டுப் புலம்பினாள் நீலாம்பரி. சுந்தரமும் மிகப் பொறுமையாக, 'நான் சமாளிச்சுடுவேன், அங்கே உடன் வேலை பார்க்கறவங்க எல்லாம் நம்ம மொழி பேசுறவங்கதான், அதனால் பெரிய சிரமம் இருக்காதாம்.' என்று தான் கேட்டறிந்த பதிலைச் சொன்னார். 'நீ தைரியமா பிள்ளைகளைப் பார்த்துக்கோ கண்ணிமைக்கிற நேரம் மூணு வருசம் பறந்து போயிடும். பிறகு நம் சொந்தவூரில் சொந்தக் கடை பிள்ளைகளுக்குச் சிறப்பான வழக்கை', என்று மனைவிக்கு ஆறுதல் வார்த்தைகள் சொல்லிவிட்டு மனைவி மக்களிடம் விடைபெற்றுக் கொண்டு போர்டிங் அட்டையை கையில் தயாராய் எடுத்துக்கொண்டார். நீலாவின் கண்கள் பளபளத்தது, தன் விழிநீரைக் கணவன் கண்டுகொண்டுவிடுவாரோ என்கிற அச்சத்தில் புன்னகையை வரவழைத்துக் கண்ணீரைச் சமாளித்து முந்தானையால் முகம் துடைப்பதுபோல கண்களைத் துடைத்துக்கொண்டாள். அருகில் நின்றிருந்த மூர்த்தி எங்கே என்று ஒரு பொய்க்காரணம் தேடி அங்குமிங்கும் திரும்பித் தன் விழிநீரை நீலா மற்றும் பிள்ளைகள் அறியாதவண்ணம் கண்களைச் சிமிட்டித் தடுத்து கைக்குட்டையால் துடைத்துக் கொண்டார் சுந்தரம். உருவமில்லாத பாரம் மனதை ஆட்கொண்டபோது தோளில் சுமந்திருந்த பை சுந்தரத்திற்கு கனக்கவில்லை. பொருளால் வேயப்பட்டது உலகம் இங்கே நிழல் காணவேண்டுமெனில் தோற்றுப்போகும் பாசத்தைக் கவ்விக் கொண்டு நம்பிக்கை என்கிற கம்பியில் நடக்கவேண்டும் இதை நன்கு புரிந்தவர்கள்தான் சுந்தரமும் நீலாம்பரியும். தந்தை எனும்

நிழலைச் சிறிதுகாலம் பிரியவேண்டியதை எண்ணிக் கண்ணீரை மறைக்கத் தெரியாமல் கைகளால் கன்னத்தைத் துடைத்துக் கொண்டிருந்தார்கள் சுந்தரம் நீலாம்பரி தம்பதியரின் மழலைகள்.

கண்ணீர் மல்கக் கையசைத்துத் தந்தையை வழியனுப்பிவிட்டு மகள்களும் தாயும் வீடு திரும்பினர். இந்த வாழ்க்கை எதோ அர்த்தம் இல்லாதது போலத் தோன்றியது நீலாம்பரிக்கு. திருமணம் ஆன நாள் முதல் கடந்துசென்ற மணித்துளி வரையிலும் கணவனின் கரங்களுக்குள் பாதுகாப்பாக இருந்ததுபோன்ற உணர்வு இப்பொழுது அடர்ந்த கானகத்தில் தனித்துவிடப்பட்ட பறவையொன்று திசை தெரியாமல் தள்ளாடுவது போன்ற உணர்வு. அனைத்திற்கும் காலத்திடம் மருந்திருக்கிறது என்று தன்னைத் தேற்றிக்கொண்டு வீட்டுக் கதவின் பூட்டைத்திறந்தாள் நீலாம்பரி.

## 5. முதல் பயணம்

விமானம் புறப்பட்டு மேகங்களைக் கடந்து மேலேறிக்கொண்டிருக்க, 'வெண்பஞ்சு மேகங்கள்' என்று இதுவரை சினிமாப் பாடல்களில் கேட்டிருந்த சுந்தரம் முதன்முறையாக அந்த வெண்பஞ்சுக் கூட்டம் தன் கண்களுக்குக் கீழே பின்னால் கடந்து செல்வதைச் சன்னல் வழியே கண்டு பிரமித்துக்கொண்டிருதார், அவரின் மனதிலிருந்து கண்ணீர் தாங்கிய மனைவி குழந்தைகளின் முகத்தை அந்தப் பஞ்சு கூட்டம் கொஞ்சம் கொஞ்சமாக மாற்றிட முனைந்துகொண்டிருந்தன. நேற்றுவரை அதிக பட்சம் ரயிலில் பயணித்திருந்த சுந்தரம் இன்று முதன் முறையாக ஆகாய மார்க்கமாக அயல் நாட்டிற்குப்

பறக்கிறார் என்பதை அவரால் கொஞ்சம் நம்பத்தான் முடியவில்லை. விமானப் பணியாளர்கள் கொடுத்த சின்னச்சின்னக் கிண்ணங்களில் நிரப்பிய உணவு வகைகள் பழங்களை உண்ட சுந்தரம் கைக்கு அடக்கமான நெகிழி டப்பாவில் தண்ணீர் அடைத்திருப்பதையும் அதிசயமாகக் கண்டார், தாகம் தணிக்க அவ்வப்பொழுது டப்பாவில் அடைத்த தண்ணீரை அருந்திக்கொண்டவர் சற்று நேரத்தில் தன்னைமறந்து கண்ணயர்ந்தார்.

சுமார் ஐந்தரை மணிநேரப் பயணம் நல்லதொரு பகல்பொழுதில் ஜித்தா விமான நிலையத்தில் விமானம் தரையிறங்கியது. அந்நிய மண்ணில் அடிவைத்திருக்கும் சுந்தரத்தின் உடல் முழுவதும் சில்லென்று புல்லரித்து அடங்கியது. காதுகள் ஒருகணம் அடைத்துத் திறந்தன. விமான நிலையத்தின் செயற்கைக்குளிரும் பூமிப்பந்தின் புதிய பகுதியின் வெப்பக் காற்றும் சுந்தரத்திற்குப் புதுவித உணர்வை ஊட்டியது. மூர்த்தி சொன்னதுபோலவே கைப்பையிலிருந்து தனது பெயர் எழுதிய காகிதத்தை வெளியில் எடுத்து மற்றவர்களுக்குத் தெரியும் வண்ணம் பிரித்துப் பிடித்துக்கொண்டு தனது உடமைகளை எடுத்துக்கொண்டு விமானநிலையத்தில் நடந்து வந்துகொண்டிருந்த சுந்தரத்தை யாரோ ‘சுந்ரம்’ என்று அழைப்பது கேட்டு குரல் வந்த திசையில் பார்வையைச் செலுத்தினார் சுந்தரம். அங்கே கருகருவென்று அளவாக வெட்டப்பட்ட தாடி மீசையுடன் வெள்ளைச்சிவப்பு தொற்றைப் பொலிவுடன் சுமார் ஆறடி உயரத்தில் சற்றுப் பருமனான உடற்கட்டுடன் திஷ்-தாஷா அணிந்து தலைக்கு சிவப்பு வெள்ளை கேஃபியா மற்றும் கருப்பு வட்டமாக இகால் அணிந்த ஒரு

சவுதிக்காரர் தென்பட்டார். நாற்பது வயது மதிக்கத்தக்க அவர் தன்னை அழைக்க வந்தவராக இருக்கவேண்டும், தன்னைத்தான் அழைக்கிறார் எனும் யூகத்தில் அருகே சென்றார் சுந்தரம். அவரின் உடை பகிர்ந்த ரம்யமான அத்தர் மணத்தை நுகர்ந்துகொண்டே, சிறு புன்னகை கூட்டி அவரை நோக்கி வணங்கினார், பதிலுக்கு சவுதிக்காரரும் தலையசைத்து வணக்கத்தை ஏற்றுக்கொண்டார், ஏனோ அவரின் முகத்தில் புன்னகை இல்லை. வந்திருப்பவருக்குத் தன் தாய்மொழி தெரியாதோ? என்கிற சந்தேகப் பார்வை பார்த்தார் சுந்தரம். ''பாஸ்போர்ட் எங்கே'' என்று இலக்கனமிழந்த ஆங்கிலத்தில் அவர் கேட்டதை, தன்னுடைய கடவுச்சீட்டைக் கேட்கிறார் என்று புரிந்துகொண்டு தனது கைப்பைக்குள் வைத்திருந்த கடவுச்சீட்டு மற்றும் விசாத்தாள்களை எடுத்து நீட்டினார் சுந்தரம். வாங்கிக்கொண்ட சவுதிகாரர், கடவுச்சீட்டைப் பிரித்து வருகைப் பதிவு முத்திரையைச் சரிபார்த்துக்கொண்டார், தன்னிடமிருந்த விசாத்தாளையும் சுந்தரம் கொடுத்த தாள்களையும் சரிபார்த்துக்கொண்டு தனது திஷ்-தாஷாவின் இடது பக்கப் பையில் எல்லாவற்றையும் நுழைத்துக்கொண்டார். சுந்தரத்திடம் கையசைத்துத் தன்னைத் தொடர்ந்து வரும்படி சைகை காட்டிவிட்டு முன்னால் நடந்தார். வலது கரத்தில் முப்பத்தி நான்கு மணிகள் கோர்த்த சின்ன மாலையொன்றை ஒவ்வொரு மணியாக உருட்டிக்கொண்டே நடந்த சவுதிகாரரைப் பின்தொடர்ந்து நடந்தார் சுந்தரம். அதே நேரத்தில் ஒரு புதிய தேசத்தில் காலடி வைத்த பூரிப்புடன் விமான நிலையத்தின் கடைகளை அவசர அவசரமாக விரிந்த விழிகளால் உள்வாங்கிக்கொண்டே நடந்தார், சவுதிக்காரரைப் பின்தொடர்வதிலும் கவனம் வைத்திருந்தார்.

தான் தங்குமிடம் சென்று இரண்டொரு வாரங்கள் இடம் பழகியபின் ஒருநாள் இங்குவந்து நின்று நிதானமாக ஒவ்வொரு கடையாகச் சுற்றிப் பார்க்கவேண்டும் என்று ஆசையொன்றை மனமெனும் அட்டவணையில் குறித்துவைத்துக்கொண்டு சவுதிக்காரரின் நடை வேகத்திற்கு ஈடுகொடுக்க முடியாமல் ஏறக்குறைய ஓடிக்கொண்டிருந்தார்.

வாகனங்கள் நிறுத்துமிடத்தை அடைந்த சவுதிகாரர், ஆங்கிலத்தில் 'பிக்கப் டிரக்' என்று சொல்லக்கூடிய பின்னால் திறவையாய் பொருள்கள் ஏற்றும் வசதியோடு முன்னம் இருவர் அமரும் ஒரு வெள்ளை வாகனத்தின் முன் நின்றார். இடது பக்கம் ஓட்டுநர் இருக்கையில் அமர்ந்துகொண்டு அடுத்த பக்கக் கதவைத்திறந்து சுந்தரத்தை உள்ளே அழைத்தார். தனது தோள்பையை கால் அருகில் வைத்துக்கொண்டு சுந்தரம் வாகனத்தினுள் அமர்ந்துகொள்ள, தனது ஆங்கிலத்தில் சுந்தரத்திடம் இருக்கைப் பட்டியை அணிந்துகொள்ளச் சொன்னார் சவுதிகாரர், சுந்தரம் பட்டியை அணிந்துகொள்ள வாகனம் புறப்பட்டது. விமானநிலையத்தை விட்டு வெளியேறி ஜித்தாவின் பறந்து விரிந்த சாலையைத் தொட்டுப் பறந்துகொண்டிருந்தது வாகனம், இருபுறமும் சொட்டுநீலம் போட்டு வெண்மையாகியது போல வெள்ளை மணற்பரப்பு, செல்வதற்கு ஒரு சாலை திரும்புவதற்கு ஒரு சாலை, இரண்டு சாலைகளுக்கும் நடுவில் தடுப்பு என்ற அமைப்பு சுந்தரத்திற்கு வியப்பு. பயணத்தில் சுந்தரத்தால் சவுதிக்காரரிடம் அளவளாவ இயலவில்லை மொழி ஒரு தடையாக நிற்க மௌனமாகத் தொடர்ந்த பயணத்தில் ஒரு நான்கு மணிநேரத்திற்குப் பிறகு சாலையோரமிருந்த உணவுவிடுதியொன்றின் அருகில் வாகனத்தை நிறுத்தினார்

சவுதிகாரர். சுந்தரத்தை வாகனத்திலிருந்து இறங்கச்சொல்லி விடுதிக்கு அழைத்துச்சென்றார், இயற்கை உபாதைகளைக் கழிக்கவும் முகம் கை கால்களை நீர் கொண்டு கழுவி அயர்ச்சியை அகற்றிக்கொள்ளவும் வசதியாக ஒப்பனை அறையைக் காட்டினார். கைகளால் சைகையும் ஒன்றிரண்டு ஆங்கில வார்த்தையுமாய் சுந்தரத்திடம் "கோழி சாப்பிடுவாயா" என்று கேட்டார் சவுதிக்காரர். ஆம் என்று சுந்தரம் பதிலளிக்க சுந்தரத்திற்கும் சவுதிக்காரருக்கும் உணவு பரிமாறப்பட்டது.

உணவருந்தியபின் விடுதியினின்று வெளியில் வந்த இருவரும் வாகனத்தை நோக்கி நடந்தபொழுது சூரியன் அதிகமாகவே மேற்கில் சாய்ந்திருந்தான். மீண்டும் அமைதியான பயணம் அந்த நீண்ட தார்ச்சாலையில். இருள் பாதி பகல் பாதி என்றிருந்தாலும் எதிர்ச் சாலையில் சென்ற வாகனங்களில் சிறிதும் பெரிதுமாகப் பலரகம் அதில் சிலவாகனங்களில் முன்விளக்குகள் ஒளிர்ந்துகொண்டிருந்தன. தூர தூரமாக வரும் வாகனங்களின் விளக்கொளி, முழுவதுமாக இருளாத பகல், இருபுறமும் பரந்த மணல் வெளி, தூரத்தில் மணற்பரப்பைத்தொடும் சிவந்த வானம், வாகனச்சத்தத்தைத் தவிர பரவிநிற்கும் அமைதி, இப்படியாக சினிமாக்காட்சிபோன்ற அழகை ரசிக்க நினைத்தாலும் மனைவி மக்களின் நினைப்பு தோன்ற தனிமையும் சிறு அச்சமும் சுந்தரத்தைச் சூழ்ந்துகொண்டது. முன்பின் அனுபவமற்ற நாட்டில் யாரோ ஒரு மொழிதெரியாத அந்நியருடன் அந்திப்பொழுதில் அமைதியான சாலையில் பயணம் என்பதை எண்ணுகையில் அந்த அச்சம் மேலும் சிறிது தலை தூக்கியது. இப்படியான சிந்தனையோட்டத்தில் நிமிர்ந்து பார்வையைச்சற்று தொலைவில் வைத்தார் சுந்தரம், அங்கே கூட்டமாக விளக்குகள் ஒளிர்வது

தெரிந்ததைக்கொண்டு அது ஒரு நகரமாக இருக்கவேண்டுமென்று அனுமானித்தார். சாலையோர விளக்குகள்தான் அங்கே ஒளியுமிழ்ந்துகொண்டிருக்கின்றன என்று நம்பினார்.

வாகனம் நகரத்தை நெருங்கியது சாலையின் குறுக்கே ஆங்காங்கே உயரத்தில் பச்சை நிறத்தில் வழிகாட்டும் பதாகைகள், மின்னும் வெண்மை எழுத்துகளால் அரபு மொழியிலும் ஆங்கிலத்திலும் ஊர்களின் பெயர்களைத் தாங்க, அம்புக்குறிகள் திசைகாட்டின, அவர்களின் வாகனம் சற்றே வேகம் குறைந்தது. இரண்டு வழிகாட்டிப் பதாகைகள், ஒன்று மதீனா நகருக்குள் செல்லும் பாதையென்றும் மற்றொன்று இசுலாமியர் அல்லாதோர் செல்லும் பாதையென்றும் சாலைகளுக்கு வழி கூறின. 'மதீனா' என்றெழுதியிருந்த பதாகையினைக் எழுத்துக்கூட்டிப் படித்தவுடன் வாசு சொன்ன புனித நகரம் என்பது நினைவில் வந்தது சுந்தரத்திற்கு, மனதில் பக்தி விழித்துக்கொண்டது. ஊரிலிருந்து புறப்பட்டபொழுது குலதெய்வத்தை வணங்கி வழிபட்டு வந்த நிகழ்வுகள் ஒவ்வொன்றாக மனத்திரையில் ஓடிக்கொண்டிருந்தன. மனதின் ஓரத்தில் மெல்லிய கோடாக நீண்டுகொண்டிருந்த அச்சத்தை பக்தி எண்ணம் ஆக்கிரமிக்க முயன்றுகொண்டிருந்தது. அவர்களின் வாகனம் இசுலாமியர் அல்லாதோருக்கான பாதையில் முன்னேறியது மீண்டும் வாகனம் வேகமெடுக்க அடுத்த அரைமணி நேரத்தில் கிராமம் போன்ற ஒருபகுதியை அடைந்து சுமார் ஒரு மைல் தூரம் மண் சாலையில் பயணித்து ஒரு கூடாரத்தின் அருகே வந்து நின்றது. இப்பொழுது நன்றாகவே இருட்டிவிட்டிருந்தது. கூடாரத்தைச்சுற்றிக் கூப்பிடு தூரத்தில் மக்கள் புழக்கமில்லை. எட்டுத்திசைகளிலும் வெகுதொலைவில் சின்னச்சின்னதாக மஞ்சள் விளக்கொளிகள்

தென்பட்டன அவைகளும் இதுபோல் கூடாரமாகவோ சிறு வீடுகளாகவோ இருக்கவேண்டும்.

வாகனச்சத்தம் கேட்டு கூடாரம்விட்டு வெளியில் வந்த நபருக்கு வயது இருபத்தைந்து முதல் முப்பதிற்குள் இருக்கவேண்டும், திஷ்-தாஷா அணிந்திருந்தான் ஆனால் தலைக்கு எந்த அணிகலனும் இல்லை. வாகனத்தை அணைத்துவிட்டு வெளியேறிய சவுதிக்காரரைக் கண்ட அந்தக் கூடாரவாசி அரபியில் சரளமாகவும் பணிவாகவும், ''சலாம் பாபா சுகமா இருக்கீங்களா'', என்றான். பதிலுக்கு சவுதிகாரரும் அவனிடம் ''சலாம்'' சொல்லிவிட்டு தொடர்ந்து அரபியில் வாகனத்தினுள் அமர்ந்திருந்த சுந்தரத்தைச் சுட்டிக்காட்டியபடி பேசிக்கொண்டிருந்தார். அவர்களின் பேச்சுப் பரிமாற்றம் நிறைவேறியதும் கூடாரவாசி வாகனத்தின் அருகில் வந்து கதவைத்திறந்து சுந்தரத்திடம், ''பையை எடுத்துக்கிட்டு இறங்குங்கண்ணே'' என்று தனது மொழியில் அழைக்கவும் சுந்தரத்திற்கு மாயையிலிருந்து விடுபட்டதுபோன்ற தெளிவு பிறந்தது, மனம் மகிழ்ச்சியில் குதூகலித்தது. அவன் யார் என்ற யோசனை தோன்றவில்லை மாறாக தன் மொழியில் பேசுவதற்கு ஒருவன் கிடைத்துவிட்டான் என்ற நிம்மதியே நிறைந்திருந்தது. உடன் வேலைபார்ப்பவர்கள் எல்லோரும் நம் மொழி பேசுபவர்கள்தான் என்று முன்னமே கேட்டறிந்த செய்திகள் சுந்தரத்திற்கு நினைவில் வந்துபோனது. காலடியில் வைத்திருந்த தனது தோள்பையை எடுத்துக்கொண்டு வாகனத்தைவிட்டு வெளியேறினார் சுந்தரம்.

சவுதிகாரர் புன்னகை பூசிய முகத்துடன் சுந்தரத்தின் தோளில் தட்டிக்கொடுத்து கூடாரவாசியைச் சுட்டிக்காட்டி அரபு மொழியில்

நிரையப்பேசினார் ஆனால் அவர் பேசியவற்றிலும் காட்டிய சைகையிலும், ''இனி இந்தக்கூடாரவாசி உனக்கு எல்லா விபரமும் சொல்வான்'', என்பதை மட்டும் உத்தேசமாகப் புரிந்துகொண்டார் சுந்தரம். இருவரிடமும் விடைபெற்றுக்கொண்டு சவுதிக்காரர் வாகனத்தைக் கிளப்பினார், வாகனம் வந்த திசையிலேயே மண்சாலையில் திரும்பிப் புறப்பட சுந்தரம் அந்த கூடாரவாசியிடம், ''நீங்க நம்ம ஊரா?'' என்றார்.

''ஆமாண்ணே பட்டுக்கோட்டை, நீங்க?''

''எனக்கு கடலூர் பக்கம்.''

''வாங்க உள்ள பொய்ப்பேசுவோம், கொஞ்ச நேரத்துல மண்ணுக்காத்து அடிச்சாலும் அடிக்கும் வாசனை வருது'', என்று சுந்தரத்தை அழைத்துக்கொண்டு கூடாரத்தினுள் சென்றான் கூடாரவாசி. கூடாரத்தினுள் அதிகமாக இருட்டும் சன்னமாக மஞ்சள் ஒளி உமிழ்ந்துகொண்டு இருளை விரட்டப் போராடும் ஒற்றை மஞ்சள் மின்விளக்கும் சுந்தரத்திற்கு நல்வரவு கூறின.

'இதுதான் முதல் பயணமா? இல்ல முன்னாடி வந்திருக்கீங்களா?' என்றான் கூடாரவாசி.

'முதல் பயணம்', என்றார் சுந்தரம்.

'சுந்தரம்னு சொன்னாரே கஃபில் அதுதான் உங்க பேரா?'

'ஆமா சுந்தரம் என் பேர், அது எங்க தாத்தாவோட பேர்', என்று தனது பெயரின் பெருமையைச் சொல்லிவிட்டுத் தொடர்ந்து, 'யாரு கஃபில்? அவருக்கெப்படி என் பேர் தெரியும்?' என்று சந்தேகக்கேள்வி தொடுத்தார் சுந்தரம்.

'கஃபில் ங்கறது அரபி வார்த்தை, நம்ம மொழியில முதலாளின்னு சொல்றோமில்ல அதான் இங்கே கஃபில், இப்ப

உங்கள கூட்டி வந்து இங்க இறக்கிவிட்டாரே அவர்தான் உங்களுக்கும் எனக்கும் கஃபில்.' பேசிக்கொண்டே கூடாரத்தின் ஒரு பகுதியைக் காட்டினான் கூடாரவாசி அங்கே திண்டுபோல கொஞ்சம் அழுக்குப்படர்ந்த சிவப்பு மஞ்சள் மற்றும் கருநீல வண்ணங்கள் இணைத்துப் பூக்கள் வரைந்த சாய்மானமில்லாத இருக்கைகள் இரண்டு போடப்பட்டிருந்தது, சாய்மானம்தான் இல்லை ஆனால் இடது புறமும் வலது புறமும் கைகளுக்கு அணை பொருத்தப்பட்டிருந்தன, மன்னர்களின் அரண்மனை யிலிருந்து வெளியேற்றப்பட்ட பழைய உருப்படிபோலக் காட்சியளித்தன அந்த இரு இருக்கைகளும். அவற்றுள் ஒன்றில் அமர்ந்துகொண்டு தனது தோள்பையை அருகில் வைத்துவிட்டு 'உங்க பேர் என்ன?' என்றார்.

'எல்லப்பன், எங்க குலசாமி பேரு', என்று சொல்லிவிட்டு 'நீங்க வாங்கன்னு மரியாதையெல்லாம் வேண்டாம்ணே நான் உங்களை விட சின்னவன்தான், சும்மா பேர் சொல்லியே கூப்பிடுங்க, இப்ப சாப்பிடலாம் வாங்க பிறகு வேலையென்னன்னு ஒண்ணொண்ணாச் சொல்றேன்.'

'வேண்டாம் எல்லப்பா, வரும்போது சாப்பிட்ட கோழிக்கறி இன்னும் கழுத்துவரை நிக்குது'. என்று உணவை மறுத்த சுந்தரம், 'இங்க பக்கத்துல கடற்கரையே கண்ணுக்குத் தென்படலையே, கப்பல் துறைமுகம் எவ்வளவு தூரம் போகணும்?' என்று கேட்டார்.

'துறைமுகமா... நான் இங்க வந்து ரெண்டு வருசம் ஆகுது துறைமுகத்தைப் பார்த்ததும் இல்ல கேள்விப்பட்டதும் இல்ல, ஏண்ணே... யாராவது சொந்தக்கார இருக்காகளா?'

ஆச்சரியப் பார்வையொன்றை எல்லப்பனின்மீது பதித்த சுந்தரம், 'எனக்கு அங்கதான் வேலை, நீ என்ன வேலை பார்க்கிற?'

'என்ன பேசுறீகண்ணு புரியலையே...', தலையைச் சொரிந்தான் எல்லப்பன். 'நீங்க இங்க ஒட்டகங்களை கவனிச்சுக்கத்தானே வந்திருக்கீக, கஃபில் சொல்லிட்டுப் போனாரே.'

இடிந்து போனார் சுந்தரம்....... தான் ஏமாற்றப்பட்டு விட்டோமா? தவறு நடந்துவிட்டதா? எங்கே யாரால் நேர்ந்த பிழை இது? ஏமாற்றியது மூர்த்தியா? இல்லை கஃபிலா? மூர்த்தி கப்பல் வேலைக்கான விளக்கங்களைச் சொன்னதெல்லாம் நினைவில் வந்து போனது அவ்வளவு நம்பிக்கையாகப் பேசியவனா தன்னை ஏமாற்றியிருப்பான்? இப்படிப் பல பதில்காண முடியாத கேள்விகள் சுந்தரத்தின் இதயச் சுவற்றில் முட்டி மோதின.

அல்லது வேறு யாரையும் அழைத்து வருவதற்கு பதிலாக விமான நிலையத்திலிருந்து தன்னை அழைத்து வந்துவிட்டாரா இந்த கஃபில்? என்ற யோசனை வந்தபோது இருக்காது என்ற எண்ணமும் கூடவே வந்தது காரணம், விமான நிலையத்தில் தனது கடவுச்சீட்டு மற்றும் விசாத் தாள்களை சரிபார்த்துக்கொண்டாரே கஃபில் அப்படியானால் தன்னைத் தவறுதலாக அழைத்து வரவில்லை என்பது உறுதியானது சுந்தரத்திற்கு.

'அண்ணே என்ன மௌனமா இருக்கீக, நீங்க பேசுறது எனக்குப் புரியல, ஆனா உங்களுக்கு இங்க ஒட்டகங்களை கவனிச்சுக்குற வேலை, இப்போதைக்குப் பதினோறு உருப்படி இருக்கு, இருட்டுல இப்ப தெரியாது விடியட்டும் கட்டிப்போட்டிருக்க இடத்தைக் காட்டுறேன், பொழுது விடிஞ்சா

பார்லி வைக்கணும் பொழுது சாயுறப்ப தொட்டியில தண்ணி நிரப்பனும். விசேச நாளுக வரும்போது உருப்படியக் கொண்டுபோவாரு எப்பயாவது கல்யாணம் விசேசத்துக்கும் கொண்டு போவாரு, ஆனா கஃபில் வந்தா மட்டுந்தான் நீங்க ஏத்தி அனுப்பணும் வேற யார் வந்தாலும் அனுப்பக்கூடாது, ஏன்னா கஃபில் அப்படிதான் சொல்லிருக்காரு நானும் அப்படித்தான் இதுவரைக்கும் செய்துக்கிட்டிருக்கேன், அதுமாதிரி எப்பயாவது புது உருப்படிய கொண்டுவந்து இறக்குவாரு. நம்ம கஃபில் ரொம்ப நல்லவருண்ணே, நம்மால இங்கிருந்து டவுனுக்கு போக வர முடியாது நீங்க விலாசம் குடுத்துட்டீங்கன்னா மாசம் தவறாம ரெண்டாயிரம் ரூவா உங்க வீட்டுக்கு அனுப்பிடுவாரு, ரெண்டு வருசம் ஆனபிறகு நீங்க ஊருக்குப் போகும்போது துணிமணியோட நம்ம ஊர்ப்பணம் பத்தாயிரம் கொடுப்பாரு ஏன் சொல்றேன்னா, எனக்கு குடுக்குறேன்னு சொல்லியிருக்காரே. முன்னாடிப் போன ஆளுக்கும் குடுத்திருக்காரு. வாராவாரம் வெள்ளிக்கிழமை இங்க வந்து உங்க சாப்பாட்டுக்கு காய்கறி குப்புஸ் (ரொட்டி) கொடுத்திடுவாரு', என்று சாதாரணமாகச் சரசரவென்று நிகழ்வுகளைச் சொல்லிக் கொண்டிருந்தவன் சற்றே தன் உரையை நிறுத்தினான், சிறிய புன்னகை பூத்த முகத்துடன், 'நான் அடுத்த மாசம் ஊருக்கு போறேன் என்னோட அக்கா மகளை கட்டிக்கப்போறேன், வயசு போகுதுன்னு வஞ்சாலும் என்னத்தான் கட்டிக்குவேன்னு அடம்பிடிகிறா, கல்யாணத்துக்கு பிறகு நான் இங்க திரும்ப வாரதா இல்ல', என்று நாணப்பட்டுக்கொண்டான் எல்லப்பன்.

சுந்தரத்தின் இதயத்தில் தான் ஒரு கடப்பாரையை இறக்கியிருக்கிறோம் என்பதை எல்லப்பன் புரிந்துகொள்ள வாய்ப்பில்லை. ஆயிரங்கால் மண்டபம் தவிடுபொடியாகிக்

கொண்டிருந்தது சுந்தரத்தின் மனதில். தனது நெடுந்தூரப் பயணம் இப்படிச் செல்லாமற் போகுமென்று சுந்தரம் கனவிலும் எண்ணவில்லை. எங்கே நீதி கோருவது? யாரிடம் தான் ஏமாற்றம் கண்டதைக் கூறுவது? இப்போதைய நிலையில் தனது உண்மை நிலையை எடுத்துச் சொல்லவேண்டுமானால் அதனைக் கேட்பதற்கு ஒரே ஒரு மனிதன் எல்லப்பன் மட்டுமே, கள்ளம் கபடமறியாத வெள்ளை மனம் கொண்ட எல்லப்பனால் தனக்கு மாற்றுமருந்து கொடுக்க முடியாது என்று திண்ணமாக நம்பினார் சுந்தரம்.முட்களின் மீது படரவிட்ட உடைபோல தனது வாழ்க்கையை உணர்ந்தார் சுந்தரம். ஒவ்வொரு முள்ளாய் அகற்றுவதொன்றே சாத்தியம் அதுவே உடைக்குச் சேதாரமில்லாமல் காக்கும் உபாயம்.

சற்றுநேரம் அமைதியாக இருந்த சுந்தரம் உணவருந்தி முடித்துக் கழுவிய கைகளைத் துடைத்துக்கொண்டு வந்த எல்லப்பனிடம், 'எல்லப்பா ஊருக்கு கடிதம் அனுப்பணும்னா எப்படி அனுப்புறது?'

'நம்ம ஊர்க்காரர் செல்வம்னு பேரு, ஜித்தாவுக்கும் ஹைலுக்கும் லாரி ஓட்டுறார், பார்லி லோடு கொண்டுபோற வேலை. பத்திருவது நாளுக்கு ஒருதரம் இந்தப்பக்கம் லோடு ஏத்திக்கிட்டோ திரும்பும்போதோ இங்க என்னைப் பாக்க வருவார். அவருக்கு மெயின் ரோடுதான் பாதை இருந்தாலும் என்னை பாக்குறதுக்காக ஒரு மைல் மண்ரோட்டுல இங்கே வந்துட்டுப் போவார். அவர்கிட்ட எழுதின காயிதத்தை கொடுத்துடா போதும் அவர் டவுன்ல தபால் ஆபீசுல ஸ்டாம்ப் ஒட்டி அனுப்பிடுவாரு, ஸ்டாம்ப் க்கு எங்கிட்ட காசு வாங்கமாட்டாரு ரொம்ப நல்லவரு.'

‘செல்வம் இனி எப்போ வருவார்?’ என்று சற்று தோய்ந்த குரலில் சுந்தரம் கேட்க, உற்சாகமாக பதிலளித்தான் எல்லப்பன். ‘இப்ப வந்துட்டுப் போய் பத்து நாளுக்கு மேல ஆகுது, நான் அடுத்த மாசம் ஊருக்குப் போறது அவருக்கு தெரியும், இந்த வாரத்துலயே கூட அவர் வருவாரு.’

‘எனக்கு கடிதம் எழுதணும் காகிதம் வச்சிருக்கியா?’ என்று கேட்ட சுந்தரத்திற்கு. கூடாரத்தின் ஒரு பகுதியில் தனது உடைமைகள் வைத்திருந்த பகுதிக்குச் சென்ற எல்லப்பன், ஒரு பயிலிருந்து எடுத்துக்கொண்டு வந்த நோட்டுப் புத்தகம்போன்ற கடிதம் எழுதும் வெற்றுக் காகிதங்கள் தாங்கிய புத்தகத்தைச் சுந்தரத்திடம் கொடுத்தான். சுந்தரம் தன் மனைவிக்குக் கடிதம் எழுதத் தொடங்கினார்.

‘அன்புள்ள நீலா, நான் இங்கு நலமாக வந்து சேர்ந்தேன். நீயும் குழந்தைகளும் என்னைப்பற்றி கவலை கொள்ள வேண்டாம். கப்பல் துறைமுக வேலையும் நான் எதிர்பார்த்ததைவிட சுலபமாகவே இருக்கிறது...’

கடிதம் தொடர்ந்துகொண்டிருந்தது... எல்லப்பன் இரவு உறக்கத்திற்குப் போர்வையை உதரிப் படுக்கையைத் தயார் செய்துகொண்டிருந்தான்.

# பட்டாம்பூச்சி

'ஜெயா, எத்தனை தடவை சொல்லுவேன்? இத்தனை மாசமா சொல்லிட்டிருக்கேன் திரும்பவும் பிடிச்ச பிடியிலேயே நின்னா எப்படி?'

'எனக்கும் புரியாம இல்ல வானதி, இன்னிக்கு கடைசி நாள், இதுக்கப்பறம் உன்னை நானோ என்னை நீயோ சந்திப்போமாங்கறதெல்லாம் இறைவனுக்கு மட்டுமே தெரிஞ்ச உண்மை, இனிமே இது ஒரு ஞாபகம் மட்டும்தானே.'

ஜெயராமனின் பலநாள் பிடிவாதத்தை மறுக்கமுடியாமல், தன்னுடைய பேருந்து அடையாள அட்டையை தனது ஜியோமெட்ரி பெட்டியிலிருந்து வெளியில் எடுத்த வானதி, அதிலிருந்து தன்னுடைய பாஸ்போர்ட் அளவு கருப்பு வெள்ளைப் புகைப்படத்தை, கிழிந்துவிடாமல் மிகவும் மெதுவாக நான்கு மூலைகளிலும் சிறிது சிறிதாக விலக்கி, ஆரஞ்சுப் பழத்திலிருந்து தோலை நீக்குவது போல அடையாள அட்டையிலிருந்து தனது புகைப்படத்தைப் பிரித்தெடுத்தாள். படத்தை ஜெயராமனிடம் நீட்டினாள், 'ஜெயா இந்த போட்டோ உன்கிட்ட இருக்கறது வேற யாருக்கும் தெரியக்கூடாது ப்ளீஸ்'.

பொழியவும் முடியாமல் சுமக்கவும் முடியாமல் தத்தளிக்கும் ஒரு குட்டி மேகம் ஜெயராமனுக்கும் வானதிக்கும் இடையே உலவிக்கொண்டிருக்க, அந்தப் பள்ளிக்கூட வராண்டா அமைதியின் கனத்தை அதிகரித்துக்கொண்டிருந்தது. வானதி நீட்டிய அவளது புகைப்படத்தை ஜெயராமன் பெற்றுக்கொள்ளும் அதே வேளை சற்றும் தாமதிக்காமல் வானதி தொடர்ந்து, 'ஜெயா உன்னோட போட்டோ ஒண்ணுகூட என்கிட்டே இல்லையே?' என்றாள் சற்றே தழுதழுத்த குரலில். இதைச்சற்றும் எதிர்பார்க்காத ஜெயராமன், 'வானதி, அப்போ இவ்வளவுநாள் நீ மறுக்கல, உன் உதடுமட்டும்தான் மறுத்திருக்கு'. தலையைக் குனிந்து மௌனமாக நின்றாள் வானதி. பிரிவுச் சூழலிலும் கொஞ்சம் மகிழ்ச்சித் தருணம் போல உணர்ந்தான் ஜெயராமன், தானும் அவள்போலவே பேருந்து அடையாள அட்டையிலிருந்த தனது புகைப்படத்தைப் பிரித்தெடுத்து அவளிடம் நீட்டினான். சுற்றி யாரும் இதனைக் கவனிக்கின்றார்களா என்று அவசரமாகப் பார்த்துவிட்டு படக்கென அவன் கரங்களிலிருந்து பெற்றுக்கொண்டாள் வானதி.

'ஜெயா மறுபடி சொல்றேன், என் போட்டோ உன்கிட்ட இருக்கறது யாருக்கும் தெரியவேண்டாம் ப்ளீஸ்'.

'வானதி, மேகத்திலிருந்து பொழியுற மழைத்துளிய, மண்ணுல விழுந்ததுக்கப்பறம் யாராலயும் கண்டுபிடிக்க முடியாது, நீ, உன்னிடம் நான் பேசிய பொழுதுகள், உன்னுடைய போட்டோ எல்லாமே எண்ணில் விழுந்த மழைத்துளிகள்.'

பள்ளிக்கூட வராண்டாவின் வாயிலிருந்த அந்த செம்பருத்திச் செடியில் பூத்திருந்த மலரிலிருந்து, மஞ்சளும் நீலமுமாய் ஒரு பட்டாம்பூச்சி விண்ணை நோக்கிப் பறந்துக்கொண்டிருந்தது.

★★★

எங்கிருந்தோ ஒரு மஞ்சள் நீலப் பட்டாம்பூச்சி ஜெயராமன் வீட்டு பால்கனிக்குப் பக்கத்தில் பூத்திருந்த செம்பருத்திப் பூவில் வந்து அமர்ந்ததையே பார்த்துக்கொண்டிருந்த ஜெயராமனை, 'என்னங்க நாளைக்கு பெரியவன் வரான்ல, சிவாவுக்கு போன் பண்ணி ரயிலடிக்கு சரியான நேரத்துக்குப் போகச்சொல்லிடுங்க' என்று ஜெயராமனின் நினைவைக் கலைத்தாள் ஜனனி, ஜெயராமனின் முன்னாலிருந்த டீபாயில் காஃபியை வைத்தவள், 'என்னோட பழய பெட்டியெல்லாம் மேல இருந்து எடுத்து அறையை சுத்தம் பண்ணிடுறேன், காலேஜ் முடிச்சு வரவனுக்கு இனிமே தனி ரூம் தேவைப்படும்' என்று சொல்லிக்கொண்டே தனது அறைக்குச்சென்று பரணிலிருந்து பழைய பெட்டியை இறக்கினாள் ஜனனி.

பெட்டிக்குள்ளிருந்த பழைய பழுப்படைந்த சில சான்றிதழ்கள், சில புகைப்படங்கள் இவற்றையெல்லாம் சற்று விலக்கி அந்த ப்ரவுன் நிற ஆட்டோகிராப் புத்தகத்தை கையில் எடுத்தாள். அறைக்குள் ஜெயராமனின் வரவை சட்டென உணர்ந்தவள் ஆட்டோகிராப் புத்தகத்தை உள்ளே நழுவவிட்டு மற்ற புத்தகங்களைச் சரிபார்த்து அடிக்கினாள். சற்று நேரத்தில் ஜெயராமன் அறையை விட்டு வெளியேறியதும், மீண்டு அந்த ப்ரவுன் நிற ஆட்டோகிராப் புத்தகத்தை வெளியில் எடுத்தாள் பட படவென சில பக்ககங்களைப் புரட்டினாள் இதயக்கனம் சற்றே அதிகரித்தது ஜனனிக்கு, அவள் புரட்டிய அந்தப்பக்கத்தில் இன்னமும் அந்த மைப்பேனாக் கையெழுத்து நிறம்மாறாமல் இருந்தது.

# மேடம் ஜெனி

'டக் டக்'

கதவு தட்டும் ஓசை கேட்டுக் கைத்தடியின் துணையுடன் வந்து கதவைத்திறந்தார் மேடம் ஜெனி. எந்தத் துணையுமின்றி நிமிர்ந்து நடக்கமுடிந்தாலும் முதுமைப் பருவத்தைக் கருத்தில் கொண்டு முன்னெச்சரிக்கையாகவே கைத்தடி உபயோகிப்பவர் ஜெனி.

'ஏன் மேடம் ஒரு காலிங் பெல் வைக்கலாமே?' என்றாள் காமிரா சகிதமாக வெளியில் நின்றுகொண்டிருந்த அந்த இளம்வயதுப் பெண்மணி ரிச்சா.

வார்தையேதும் பேசாமல் சிறிய புன்னகையை பதிலாக்கிவிட்டு 'உள்ள வாம்மா' என்று ரிச்சாவை வீட்டினுள் வரவேற்றார் ஜெனி.

'எங்க ரைட்டர் மணியும் வந்திருக்கார் நாங்க உள்ள வரலாமா?' என்று மணிக்கும் சேர்த்து அனுமதிகெட்டாள் ரிச்சா. காரைப் பார்க் செய்துவிட்டு வந்த மணிக்கு ஏறக்குறைய நாற்பத்தைந்து வயதிருக்கும்.

'வாங்க.'

'மேடம் நாங்க ஒரு யூடியூப் சேனல்ல இருந்து வர்றோம்' என்ற ரிச்சாவின் தன்னிலை விளக்கம் ஜெனிக்கு எந்த மாற்றத்தையும் தரவில்லை.

'உட்காருங்க என்ன சாப்பிடுறீங்க' என்று வெளியறையிலிருந்த சோஃபாவைக்காட்டி இருவரையும் இருக்கச்சொன்னார் ஜெனி.

'நாங்க எதுக்காக வந்திருக்கோம்னு நீங்க இன்னும் கேட்கலையே?' என்றார் ரைட்டர் மணி. தொலைக்காட்சியில் ஜெனி பார்த்துக்கொண்டிருந்த கார்ட்டூன் படம் இன்னும் ஓடிக்கொண்டிருந்தது.

'நான் டீ போட்டு எடுத்துட்டு வரேன் அதுவரை டி.வி. பார்த்திட்டிருங்க. சேனல் மாத்தவா?' என்றார் ஜெனி.

'என்ன மேடம் நாங்க வந்ததிலிருந்து எங்க கேள்விக்கு தொடர்பான பதில் சொல்லாம நீங்களே பேசிட்டிருக்கீங்களே?' என்றாள் ரிச்சா.

'இந்தத் தெருவிலேயே இதுதான் பழைய வீடு, நீங்க யூடியூப் சேனல் வச்சிருக்கீங்க, இந்த வீட்டைப் படம் பிடிக்கலாமான்னு கேட்கப்போறீங்க, அதானே? போன வாரந்தான் ஒரு பையன் வந்து எடுத்துட்டுப் போய் அவன் சேனல்ல போட்டான், நிறைய வியூஸ் போயிருக்குன்னு சொல்லி எனக்கு நேத்து வந்து ஸ்வீட் கொடுத்துட்டு போனான். அதுனால நீங்களும் அதுக்குத்தான் வந்திருப்பீங்கன்னு என்னால புரிஞ்சுக்க முடியும்', என்று அனைத்தும் அறிந்த புன்னகையோடு தொடர்ந்தார் ஜெனி 'டீ சாப்பிடுவீங்கதானே?' என்று கேட்டுக்கொண்டே சமயலரை நோக்கி அடிவைத்தார்.

‘நீங்க சொன்னது பாதி சரி ஆனா மீதி நாங்க சொல்லாம உங்களுக்குத் தெரிய வாய்ப்பில்லை’ என்று பாதிப்புதிர் போட்டார் மணி.

சமையலரைப்பக்கம் போக எத்தனித்த ஜெனி இதுவரை தனக்கு எல்லாம் தெரியும் என்று நிமிர்ந்து நடந்துகொண்டிருந்தார் இப்போது சட்டெனத்திரும்பி மணியை நோக்கினார். புருவங்களிரண்டும் கேள்விக்குறிகளாக நெளிந்தன. பார்வையில் கவனம் கூடியது. யானைக்கும் அடிசறுக்கும் என்ற பாடம் மனதில் தைத்தது.

மணி தொடர்ந்தார். ‘‘நாங்க உங்களைத்தான் படம்பிடிக்கப் போறோம். உங்க வீட்டை நீங்க சொன்ன அந்தப் படத்தில பார்த்தேன். பழைய வீட்டில வசிக்கும் நீங்க பழமையை விரும்புறதா ஒரு வார்த்தை சொல்லியிருந்தீங்க. எனக்கும் பழமையின்மீது விருப்பம் அதிகம். உங்களின் பழைய நாட்களில் இந்த நிலம் எப்படி இருந்தது? இந்த மனிதர்கள் எப்படி இருந்தாங்க? இன்றைய மனிதர்களோடு உங்களால ஒத்துப்போக முடியுதா? இப்படிப்பல கேள்விகள் என்னிடம் இருக்கு. உங்களுக்கு சம்மதம்னா உங்களிடம் பேசிப் பேட்டி எடுக்கணும்னு தோணுச்சு அதான் வந்தோம்.’

இப்போது அவர்களின் வருகைக்கான காரணத்தை முழுவதுமாக அறிந்துகொண்ட ஜெனி, ‘இது எனக்குப் புதுசுதான். நான் ஒரு பிரபலமோ இல்ல ஒரு சாதனையாளரோ இல்லை, இருந்தாலும் நீங்க சொன்ன அந்த பழமை காரணம் எனக்கு மிகவும் நெருக்கமா இருக்கு அதனால நான் இதுக்கு சம்மதிக்கிறேன், கொஞ்சம் இருங்க டீ கொண்டு வந்துடறேன் பிறகு பேசுவோம்’ என்று கூறிவிட்டு சமையலறைக்குத் தொடர்ந்தார் ஜெனி.

சுடச்சுட ஆவி பறக்கும் தேநீரை மூன்று கோப்பைகளிலும், உடன் பிஸ்கட்டுகளுடனும், சமையலறையிலிருந்து திரும்பினார் ஜெனி. மணி மற்றும் ரிச்சா அமர்ந்திருந்த சோஃபாவின் எதிர் டீபாயில் வைத்துவிட்டு 'எடுத்துக்குங்க' என்று விருந்தோம்பிய பின்னர் தானும் எதிரிலிருந்த தனிநபர் சோஃபாவில் அமர்ந்துகொண்டார்.

ரிச்சா காமிராவைத் தொடங்கி மூவரும் திரையில் பதியும் வண்ணம் சற்று தூரத்தில் நிறுத்திவைத்தாள். சோஃபாவில் முன்னர் இருந்த அதே இடத்தில வந்து அமர்ந்துகொண்டாள்.

'ஏன் மேடம் நீங்க தனியாத்தான் இருக்கீங்களா?' என்றாள் ரிச்சா.

'ம்...' சற்று யோசித்துவிட்டு 'ஆமா ரெண்டு வருஷமா நான் தனியாத்தான் இருக்கேன்' என்று ஜெனி சொல்லிக் கொண்டிருக்கும்போதே, 'மீ... ம்...' என்று மெலிதாகவும் செல்லமாகவும் சிணுங்கிக்கொண்டு ஒரு வெள்ளைப் பூனை ஜெனியின் மடியில் தாவி அமர்ந்தது. 'ஓ... மன்னிக்கணும்... பார்த்தீங்களா நான் தனியா இருக்கேன்னு சொன்ன உடனே இவளுக்கு கோபம் வந்துடுச்சு' என்று கூறி அந்தப் பூனையின் முதுகில் தடவிக்கொடுத்தார் ஜெனி. 'நான் தனியா இல்ல, இதோ இந்த ரோசியோட தான் இருக்கேன்' என்று வெள்ளைப் பூனையின்மீது பார்வையைச் செலுத்தினார் ஜெனி.

'சரி என்னோட பழமையை நீங்க தெரிஞ்சுக்குறதுக்கு முன்னாடி பழமைக்கு நீங்க எவ்வளவு மதிப்பு கொடுக்குறீங்கன்னு நான் தெரிஞ்சுக்கணும், சரியா?' என்று ரிச்சா மற்றும் மணி எதிர்பாராத கேள்வி ஒன்றைத் தொடுத்தார் ஜெனி.

'மடியில் கனமிருந்தால்தானே வழியில் பயம், நாங்க எந்த உள்நோக்கத்துடனும் இங்கே வரலை உங்க கனிவான முகம் மட்டும்தான் எங்களை இங்கே அழைச்சிட்டு வந்திருக்கு, எனவே நீங்க எதைக் கேட்டாலும் நாங்க உண்மையைத்தான் சொல்லப் போறோம் பயமில்லை' என்று மிகவும் திறந்தமனமாக பதிலளித்தார் மணி.

'உங்களோட பள்ளிக்கூட நாட்களை என்னோட பகிர்ந்துக்க முடியுமா?'

சற்றே ஆவல் மிக, பதிலுக்கு ஜெனியிடம் எதிர்க்கேள்வி தொடுத்தாள் ரிச்சா, 'பழமையில எவ்வளவோ இருக்கும்போது, அது ஏன் பள்ளிக்கூடம்னு குறிப்பா சொல்றீங்க?'

'பொதுவா எல்லோருடைய வாழ்க்கையிலும் மகிழ்ச்சியான நாட்கள்னா அது விவரம் புரியாம இருந்த அந்த பள்ளிக்கூட நாட்களா மட்டுந்தான் இருக்க முடியும். இது என்னோட அபிப்ராயம். நான் ஸ்கூல் போன நாட்கள் எனக்கு ரொம்ப பிடிக்கும் அதனால' என்றார் ஜெனி.

இப்போது ரிச்சா மற்றும் மணி இருவரும் ஒருவர் முகத்தை ஒருவர் நோக்கினர். அவர்களுக்குள் யார் தொடங்குவது என்ற குழப்பம் அவர்களின் பார்வையிலிருந்தது. சட்டென மணியின் முகத்தில் ஒளி பூத்தது.

'நானே சொல்றேன்' என்று தொடங்கினார் மணி.' அது 70களின் பிற்பகுதி அல்லது 80ன் தொடக்கமா இருக்கலாம். அப்போ சென்னைல, நான் அந்தப் பள்ளிக்கூடத்தில பர்ஸ்ட் ஸ்டாண்டர்ட் படிச்சிக்கிட்டிருந்தேன். அப்போ நான் பார்க்கிறதுக்கு குண்டா அமுல் பேபி மாதிரி இருப்பேன்னு சொல்லுவாங்க. பனிமூட்டமா எனக்கு அந்த ஞாபகங்கள்

இன்னும் இருக்கு. அந்த வகுப்பு மிஸ்ஸுக்கு நான் என்றால் கொள்ளைப் பிரியம். அவங்க அப்ப இருபதுகளில் இருந்திருப்பாங்கன்னு இப்பத் தோணுது. அப்ப அவங்க வயசைக் கணிக்கிற பருவம் எனக்கு இல்லை. வகுப்பு எடுத்து முடிஞ்ச பிறகு என்னை அவுங்க மேசை அருகே அழைப்பாங்க. என்ன சாப்பிட்டே? என்று விசாரிப்பாங்க நான் என்னவோ சொல்லியிருப்பேன் அது சரியா ஞாபகம் இல்லை.

ஒரு சில நாட்கள் எங்க மிஸ்ஸை சந்திக்க ஒரு வாலிபர் வருவார். அவருக்கு மெல்லிசா மீசை இருக்கும். அவரைப் பார்த்து எனக்கு மீசை இருந்தா எப்படி இருக்கும்னு எனக்கு நானே ஆள்காட்டி விரலை என் மேலுதட்டுக்கு மேல மீசை மாதிரி வச்சுப் பார்த்துக்குவேன். லேசான நாணப் புன்னகையுடன் தொடர்ந்தார் மணி, ''வகுப்பில் நுழையும் வாசல் கதவோரம் அவர் வந்து நிற்பார், அவரை பார்த்துட்டு மிஸ் வராண்டாவுக்கு போய் அவரோட ஓரிரு வார்த்தைகள் பேசுவாங்க. பிறகு அந்த வாலிபர் போயிடுவார். அவங்க என்ன பேசுவாங்க? வந்தவர் யார்? என்பதெல்லாம் எனக்கு தெரிஞ்சுக்கத் தோணாத வயசு''.

ஒருநாள் மதிய உணவு இடைவேளை சமயம் அவர் வந்தார். க்ளாஸ் முடிஞ்சு எல்லோரும் சாப்பாட்டுக்குப் புறப்பட்டபோது என்னைமட்டும் எங்க மிஸ் அழைச்சு என்னோட சாப்பாட்டை எடுத்துக்கிட்டு அவங்ககூட வரச்சொன்னாங்க. நானும் டிபன் பாக்ஸை எடுத்துக்கிட்டு அவங்களோட போனேன். மிஸ், நான் அப்பறம் அந்த வாலிபர் மூணு பேரும் நடந்து ஸ்கூலுக்குப் பின்புறம் இருக்க தேவாலயத்துக்கு நடந்து போனோம். மதிய வேளை மணல் வெளியில் நடந்து போனோம். மணல் சூடா இருந்திருக்கும் ஆனால் நான் ஷூ போட்டிருந்ததால கால்கள் சுடலை. தேவாலயத்தில இருந்த அந்த நீளமான பெஞ்சில என்னை

உட்காரச் சொல்லிட்டு எனக்கு இடப்புறமும் வலப்புறமுமா அவங்க ரெண்டுபேரும் உட்கார்ந்து என்னவோ பேசிக்கிட்டிருந்தாங்க. அவங்க என்ன பேசுறாங்கன்னு புரிஞ்சுக்கற வயசில்ல எனக்கு. நான் அமைதியா என்ன செய்யுறதுன்னு தெரியாம உட்கார்ந்திருந்தேன். சட்டென மிஸ்ஸுக்கு என் நினைவு வந்திருக்கணும், உடனே என் டிபன் பாக்ஸை திறந்து சாப்பிடச் சொன்னாங்க. நானும் அங்கேயே உட்கார்ந்து சாப்பிட்டேன். சாப்பிட்டு முடிஞ்சு காலியான டப்பாவை மூடி பைக்குள்ள வச்சுட்டு கை கழுவ வேணும்னு சொல்லத்தெரியாம உட்கார்ந்திருந்தேன். அவங்க ரெண்டுபேரும் பேசி முடிச்சிட்டாங்கபோல, ‘வா போகலாம்’ அப்படீன்னு என்னை பெஞ்சிலிருந்து எழச்சொன்னாங்க மிஸ். எழுந்தேன், தேவாலயத்தின் வெளிப்புறம் ஒரு இடத்துல தண்ணீர்த்தொட்டி இருக்கும் அந்த இடத்தை காட்டி என்னை ‘‘கை கழுவலாம் வா’’ அப்டீன்னு சொல்லி அழைச்சுட்டு போனாங்க எங்க மிஸ். அப்பறம் மீண்டும் கிளாசுக்கு திரும்பி நடந்தோம், ஆனா இப்போ நானும் மிஸ்ஸும் மட்டும்தான் கிளாசுக்கு நடந்து போனோம், அந்த வாலிபர் வேறு திசையில போயிக்கிட்டிருந்தார். அவர் போறதுக்கு முன்னாடி மிஸ்கிட்ட ஒரு சிறிய பரிசுப் பொருள் ஒன்றை கொடுத்துட்டுப் போனார்.

நானும் மிஸ்ஸும் இப்ப கிளாசுக்கு மீண்டும் அந்த மதிய வெயிலில் சூடான மணலில நடந்துபோயிட்டிருந்தோம். நடந்துகொண்டே மிஸ் அந்த பரிசுப் பொருளைப் பிரிச்சாங்க அதுக்குள்ளே ஒரு சின்னப்பெட்டி இருந்துச்சு அதைத் திறந்து அதிலிருந்து எடுத்த ஒரு சாக்லெட்டை எனக்குத் தந்தாங்க.

இவ்வளவுதான் என் நினைவலைல மிதந்துகிட்டிருக்கு. வாலிபர் யார்? மிஸ்ஸுடன் என்ன பேசினார்? மிஸ்ஸுக்கு ஏன்

சாக்லேட் கொடுத்தார்? மிஸ் எனக்கு ஏன் சாக்லேட் கொடுத்தாங்க? மிஸ்ஸும் அவரும் தேவாலயம் போகும் சமயம் மிஸ் ஏன் என்னை அழைச்சுட்டு போனாங்க? இதுமாதிரி நிறையக் கேள்விகள் என்னிடத்தில் இருக்கு ஆனா எந்தக் கேள்விக்கும் என்னிடம் பதில் இல்லை.

ஆனால் இன்னிக்கு இதையெல்லாம் தொகுத்து ஒரு சாமானியனா சிந்திச்சுப் பார்க்கும்போது ஒருவேளை அது காதலாக இருந்தால்... ஒன்று மட்டும் எண்ணத்தோணுது, அன்றைய தினம் காதல் எத்தனை கண்ணியமாக புனிதமாக இருந்திருக்கு!

‘அந்த மிஸ்ஸின் பேரோ முகமோ என் ஞாபகத்தில் இல்லை, ஆனால் இந்த நிகழ்வு மட்டும் ஏன் என்னிடம் தங்கியிருக்கு?’

சற்று நேரம் அங்கே மௌனம் நிலவியது, ரிச்சா எதிர்பார்க்கவில்லை மணியிடமிருந்து இப்படியொரு காதல் கதை வெளிவருமென்று. பழைய நினைவைச் சொல்லிமுடித்த மணியின் கண்களில் நீர் பனித்திருந்தது.

சூழ்நிலையை மாற்ற எண்ணிய ரிச்சா, ‘நீங்க சொல்லுங்க மேடம் மணி சொன்னது உங்களுக்கு திருப்தியா?’ என்று கேட்டுக்கொண்டே ஜெனியின் பக்கம் திரும்பினாள். ஜெனி கண்களை மூடி சோஃபாவில் சாய்ந்திருந்தார். ரோசி ஜெனியைத் தொந்தரவு செய்ய மனமில்லாமல் அவர் மடியிலிருந்து துள்ளிக்குதித்து இறங்கி ஓடியது.

கண்களைத் திறந்த ஜெனி ‘கொஞ்சம் இருங்க’ என்று வீட்டின் உள்ளே சென்றார். சற்று நேரத்தில் மணி மற்றும் ரிச்சாவின் இருப்பிடம் நோக்கித் திரும்பிய ஜெனியின் கைகளில் ஒரு சிறிய

பெட்டி இருந்தது. கொண்டு வந்து பெட்டியைத் திறந்து மணியிடம் நீட்டினார் ஜெனி.

'உன் பேர் எனக்கு ஞாபகம் இல்ல தம்பி. ஆனா என்னைவிட நீ நல்லா ஞாபகம் வச்சிருக்க' என்று ஜெனி சொல்லிவிட்டு கைக்குட்டையால் தனது விழிகளின் ஓரம் விழாமல் நின்ற நீர்துளியைத் துடைத்துக்கொண்டார்.

பெட்டியைப் பார்த்த மணி சட்டென உடல் புல்லரித்து நிமிர்ந்து அமர்ந்தார். அது அன்று அந்த மிஸ்ஸுக்கு அந்த வாலிபர் பரிசாகக்கொடுத்த சாக்லேட் பெட்டி.